ஜீவனாம்சம்

ஜீவனாம்சம்

சி. சு. செல்லப்பா (1912–1998)

பிறந்தது மதுரை மாவட்டத்திலுள்ள வத்தலகுண்டு. சொந்த ஊர் சின்னமனூர்.

சிறுகதை, நாவல், விமர்சனம், கவிதை, மொழிபெயர்ப்பு ஆகிய துறைகளில் செல்லப்பா பங்களித்திருக்கிறார். *சந்திரோதயம்*, *தினமணி* இதழ்களில் உதவி ஆசிரியராகப் பணியாற்றினார்.

அவரது முதன்மையான சாதனை *எழுத்து* இதழ். மிக மோசமான பொருளாதார நெருக்கடியைப் பொருட்படுத்தாமல் அந்த இதழைப் பத்தாண்டுகளுக்கு மேல் கொண்டுவந்தார்.

பரிசு, பணம், புகழ் ஆகியவற்றைக் கண்டு மிரளக் கடைசிவரையிலும் மறுத்த படைப்பாளி அவர்.

புகைப்படம் எடுப்பதில் செல்லப்பாவுக்குத் தனி ஈடுபாடு இருந்தது.

ஜல்லிக்கட்டுப் பற்றித் தமிழில் வெளிவந்த முதல் படைப்பு என்று இவரது ‘வாடிவாச’லைக் குறிப்பிடலாம்.

தமிழில் நனவோடை உத்தியில் எழுதப்பட்ட முதல் நாவல் ‘ஜீவனாம்சம்’.

சி.சு. செல்லப்பா

ஜீவனாம்சம்

காலச்சுவடு பதிப்பகம்

அன்பார்ந்த வாசகருக்கு,

வணக்கம்.

காலச்சுவடு நூலை வாங்கியமைக்கு நன்றி.

நூலின் உள்ளடக்கம், உருவாக்கம், அட்டைப்படம் இன்ன பிற அம்சங்கள் பற்றிய உங்கள் கருத்துகளையும் ஆலோசனைகளையும் காலச்சுவடு வரவேற்கிறது. தகவல், எழுத்து, வாக்கியப் பிழைகள் தென்பட்டால் அவசியம் தெரிவித்து உதவுங்கள். நூல் தயாரிப்பில் கடும் குறைபாடு இருப்பின் மாற்றுப் பிரதி உங்களுக்குக் கிடைக்கக் காலச்சுவடு ஏற்பாடு செய்யும்.

மின்னஞ்சல்: publisher@kalachuvadu.com

காலச்சுவடு நாகர்கோவில் அலுவலகத்திற்குக் கடிதம் அனுப்பலாம்.

தங்கள்
எஸ்.ஆர். சுந்தரம் (கண்ணன்)
பதிப்பாளர் — நிர்வாக இயக்குநர்

ஜீவனாம்சம் ✦ நாவல் ✦ ஆசிரியர்: சி. சு. செல்லப்பா ✦ © செ. சுப்பிரமணியன் ✦ முதல் பதிப்பு: 1962, காலச்சுவடு முதல் பதிப்பு: டிசம்பர் 2005, பத்தாம் பதிப்பு: ஆகஸ்ட் 2024 ✦ வெளியீடு: காலச்சுவடு பப்ளிகேஷன்ஸ் (பி) லிட்., 669 கே. பி. சாலை, நாகர்கோவில் 629001

jiivanaamcam ✦ Novel ✦ Author: C.S. Chellappa ✦ © C. Subramanian ✦ Language: Tamil ✦ First Edition: 1962, Kalachuvadu First Edition: December 2005, Tenth Edition: August 2024 ✦ Size: Demy 1×8 ✦ Paper: 18.6 kg maplitho ✦ Pages: 136

Published by Kalachuvadu Publications Pvt.Ltd., 669 K.P. Road, Nagercoil 629001, India ✦ Phone: 91-4652-278525 ✦ e-mail: publications@kalachuvadu.com ✦ Printed at Real Impact Solutions, No. 12, 3rd Street, East Abiramapuram, Mylapore, Chennai 600 004

ISBN: 978-81-89359-84-3

08/2024/S.No.198, kcp 5263, 18.6 (10) 1k

முன்னுரை

சுவர்கள் நெருக்கும் பெருவெளி

சி.சு. செல்லப்பா படைத்த இரண்டாவது (குறு) நாவல் 'ஜீவனாம்சம்'. இந்த நாவல் அவருக்குள் ஊறிக்கிடந்த கால விரிவையும், வடிவத்திற்கும் மொழிக்கும் அவர் எடுத்துக் கொண்ட பிரயாசையையும் நாவலுக்கான முன்னுரையில் அவர் பதிவு செய்திருக்கிறார். தமது முதல் நாவலான 'வாடி வாச'லுக்கும் இதற்கும் உள்ள வேறுபாடுகளையும் அவரே முன்வைத்துள்ளார். நாவலின் ரகசியங்களை எல்லாம் முன்னு ரையில் திறந்து வைத்துவிடும் அவரது இயல்புக்குக் காரணம், அவர் இலக்கியக் கோட்பாடுகளில் பெற்றிருந்த புலமையும் எல்லாவற்றையும் பதிவு செய்துவிட வேண்டும் என்னும் தீவிரம் கொண்டிருந்தமையுமே என்று கருதலாம்.

வாசகனை ஒரு முன்தயாரிப்புக்கு உட்படுத்தும் அவரது முன்னுரையைக் கடந்தோ மறந்தோ படிக்காமலோ நாவலுக்குள் நுழைந்து விடுதல்தான் நல்லது. இலக்கண ஆசிரியன் வரையறைப் படுத்த மேற்கொள்ளும் முயற்சியைப்போல, மிகக் கறாரான திட்டத்துடன் வடிவமைக்கப்பட்ட நாவல் இது. ஓர் அத்தியா யத்திற்கும் இன்னோர் அத்தியாயத்திற்கும் பொருள் அளவி லான தொடர்ச்சி மட்டுமல்ல, நிகழ்வு அடிப்படையிலும் மொழியிலும் தொடர்ச்சி கொடுத்திருக்கிறார். நம் செய்யுள் மரபில் அந்தாதி என்றொரு தொடை வகை உண்டு. செய்யுள் ஒன்றின் முடிவு எழுத்தோ அசையோ சொல்லோ சீர்களோ அடியோ அடுத்த செய்யுளின் தொடக்கமாக அமைவது அந்தாதி. அந்தாதியே இலக்கிய வகையாகவும் பிற்காலத்தில் வளர்ச்சி

பெற்றிருக்கிறது. இன்றும் பாராயணத்தில் முக்கிய இடம்பெற்றிருக்கும் 'அபிராமி அந்தாதி' அதற்கு நல்ல சான்று. அதுபோன்று நூற்றுக்கணக்கான அந்தாதி நூல்களைக் கொண்ட தமிழ் மரபின் தொடர்ச்சியை நாவல் வடிவத்திற்குள் புகுத்திப் பார்த்திருக்கிறார் சி.சு. செல்லப்பா. 'ஜீவனாம்ச'த்தில் ஓர் அத்தியாயத்தின் முடிவே அடுத்த அத்தியாயத்தின் தொடக்கமாகப் பெரும்பாலும் அமைகிறது. அந்தாதி பாடுவோர் உணர்வுப்பூர்வமாகவும் திட்டமிட்டும் அந்த அமைப்பை உருவாக்க வேண்டும். சி.சு. செல்லப்பா, 'ஜீவனாம்ச'த்தின் வடிவத்தை அத்தகைய திட்டமிடலோடு கட்டியமைத்திருக்கிறார் என்பதை உணர முடிகிறது.

பிராமண விதவைப் பெண்ணாகிய சாவித்திரியின் மன உலகை நினைவோட்டமாக விவரித்துச் செல்கிறது நாவல். ஆனால் அதற்குள் வாசகரை வெவ்வேறு கோணங்களுக்குள் நுழையச் செய்யும் நுட்பம் கைவந்திருக்கிறது. சாவித்திரி, அடுக்களையை விட்டு வெளியே வராத பெண். அவளுக்கு வெளியுலகம் பிறர் மூலமாகவே அறிமுகமாக வேண்டும். ஆகவே ஒவ்வொரு சிறு விஷயமும் ஒவ்வொரு சொல்லும் அவளுக்குள் அதிர்வலைகளைக் கிளப்புவனவாக உள்ளன. பிறந்தகத்தை விடப் புக்ககம் அவளுக்கு மிகவும் பிடிக்கிறது. புக்ககம் அவளுக்கு வழங்கிய வெளியும் உரிமைகளும் கூடுதலாக இருந்தமை காரணமாக அமையலாம். அங்கே கணபதி என்ற ஒரேஒரு குழந்தை. பிறந்தகத்தில் அண்ணனின் குழந்தைகள் பலர் இருந்தும் கணபதி மீதான வாஞ்சையைப் போல யார் மீதும் அவளுக்குப் பிரியம் உண்டாகவில்லை. மிகச் சில மாதங்களே எனினும் புக்ககம் அவளுக்குக் கொடுத்த சுதந்திரம் அளப்பரியது. அவளுடைய எண்ணங்கள் அனைத்தும் அங்கேயே சுற்றிச் சுழல்கின்றன. புக்ககத்து மனிதர்கள் பற்றிய தகவலின் ஒரே ஒரு கீற்றுக்கூட அவளுடைய கற்பனை விரிவுக்குப் போதுமானதாயிருக்கிறது. அவளுடைய உடல் மட்டுமே அண்ணன் வீட்டில் நடமாடிக்கொண்டிருக்கிறது. அண்ணனையே அண்டியிருக்க வேண்டியவளாக இருக்கும் காரணத்தால் அவனது முடிவுகளுக்குத் தலையாட்ட நேர்கிறது. அண்ணன் கொடுக்கும் ஒரே ஒரு சுதந்திரம் 'உன் பார்வையைச் சொல்' என்பதுதான். அதையும் பயன்படுத்த அவளுக்குப் பெருந்தயக்கம். படிப்படியாகத் தயக்கத்தை உதறி அந்தச் சுதந்திரத்தைப் பயன்படுத்தித் தன் பார்வையை வெளிப்படுத்தும்போது நாவல் முடிகிறது.

இம்முடிவை இன்னொருவிதமாகவும் காணலாம். சாவித்திரி, ஒரு பெண்ணுக்குப் பிறந்த வீட்டை விடவும் புகுந்த வீடே எல்லாவிதத்திலும் உரிமையானது என்னும் முடிவை எட்டுகிறாள். அம்முடிவுக்காக அவள் வரித்துக்கொண்டது, புக்ககம்

சார்ந்த மனிதர்களின் உயர்குணங்கள் பற்றிய புனைவுகள் என்றும் சொல்லலாம். அவள்மீது அக்கறை உள்ள அம்மனிதர்கள் அவளுக்குத் தாராளமாக ஜீவனாம்சம் வழங்கத் தயங்குவது ஏன் என்னும் கேள்வி வாசகருக்கு இயல்பாக எழுகிறது. அதற்கு ஓரிடத்தில் சாவித்திரி சமாதானம் சொல்கிறாள். என்ன எதிர்பார்க்கிறான் என்பதை அண்ணன் அவர்களிடம் ஒருபோதும் சொல்லவில்லையே என்பதே அச்சமாதானம். சாவித்திரி, மிகுந்த நுட்பம் உள்ள பெண். மனது கட்டும் வார்த்தைகளை எல்லாம் வடித்தெடுத்துவிட்டு நிதானமாகப் பேசும் வித்தை கற்றவள். அதன் மூலம் உறவுகளில் விழும் சிக்கல்களைத் தவிர்க்க முயல்பவள். அண்ணன், அண்ணியிடம் அவள் கையாளும் உத்திகள் சுவையானவை.

நாவல் முடிவில் அவள் அண்ணியைக் குழப்புவதில் கொள்ளும் சந்தோசம்தான் எப்பேர்ப்பட்டது. சாவித்திரி புக்ககத்திற்குச் சென்றுவிடமாட்டாளா என்னும் பதற்றத்தை வாசகருக்கு உருவாக்கிக் கொண்டுவரும் சி.சு. செல்லப்பா, வாசகரைக் குழப்பத்தில் ஆழ்த்திச் சந்தோசப்படுவதாகவும் அம்முடிவைக் கருதலாம். முடிவு வாசகம் :

> சாவித்திரியின் உத்தேசம் அவளுக்குப் புரிந்த மாதிரியும் இருந்தது; புரியவில்லை போலவும் இருந்தது.

சி.சு. செல்லப்பாவின் உத்தேசம்தான் என்ன? சாவித்திரிக்குப் பார்வை ஒன்று உருவாகிவிட்டது எனச் சொல்வதா? சாவித்திரி தன் பார்வையை வெளிப்படுத்தத் தொடங்கிவிட்டாள் என்பதா? அப்பா இருந்தவரைக்கும் எதற்கும் வாயே திறக்காத சாவித்திரி, தன் தலைமுறையைச் சேர்ந்த அண்ணன் அண்ணியிடம் கிடைத்த வாய்ப்பைப் பயன்படுத்திக்கொள்ள முனைந்துவிட்டாள் என்பதா? பழைய தலைமுறை மதிப்பீடுகளைப் போற்றும் குணாம்சம் உடைய செல்லப்பாவிடம் இந்நாவல் மூலம் விலகல் நேர்ந்திருக்கிறதா? இல்லை, பெண் எப்படியிருந்தாலும் புகுந்த வீட்டிற்கே உரிமை பூண்டவள் என்பதை நிலைநிறுத்தும் முடிவைத்தான் மேற்கொள்கிறாரா? இப்படிப் பல கேள்விகளினூடே இயல்பாகப் படித்துச் செல்லும் வகையில் வாசிப்புத்தன்மை கூடிய நாவல் இது.

நாவலில் மிகக் குறைவான பாத்திரங்களே வருகின்றன. ஆனால் அவற்றைச் சாதாரண சம்பவம் ஒன்றின் மூலமாகவோ, வெகுசில வார்த்தைகள் கொண்டோ பிரமிக்கும் வகையில் உருவாக்கிவிடுகிறார் செல்லப்பா. கணபதி என்னும் சிறுவன் மனத்துள் நீங்காத சித்திரமாய்ப் பதிந்துபோகிறான். சமாதானப் பேச்சுக்காக வரும் குப்புசாமி சாஸ்திரிகளும் நலம் விசாரிக்க வரும் காமாட்சி சித்தியும்கூட நாவலில் எவ்வளவோ முக்கியத்

துவம் பெற்றுவிடுகிறார்கள். அவர்கள் சாவித்திரியின் மனவுல குக்குத் தேவையான வார்த்தைகளைத் தருவதன் மூலம் அம்முக் கியத்துவத்தைப் பெறுகிறார்கள். ஆறே மாதம் அவள் வாழ்ந்த புக்ககத்து மனிதர்கள் உருப்பெறும் அளவுக்கு, பல்லாண்டுக ளாக அவள் வாழும் பிறந்தகத்து மனிதர்கள் காட்சி ஆகவில்லை என்றே சொல்லலாம். அதற்குக் காரணம், சாவித்திரியின் நோக்கிலேயே வாசகரையும் கைப்பிடித்து அழைத்துச் செல்லும் செல்லப்பாவின் எழுத்துத்திறன்.

'வாடிவாச'லில் பரந்த வெளியைக் களனாகத் தேர்வு செய்து கொண்ட செல்லப்பா, இந்நாவலில் சுவர்கள் நெருக்கும் வீட்டின் சில அறைகளையே களனாகக் கொண்டிருக்கிறார். ஆனால் பெண்ணொருத்தியின் வாழ்வாகிய பெருவெளியைக் காட்டும் ஆற்றல் இதற்குள் பொதிந்திருக்கிறது.

பெருமாள்முருகன்

இந்த நாவல்

இது என் இரண்டாவது நாவல். கரு தோன்றின அளவிலே மனசில் முழு உருவமும் பெற்றுவிட்ட 'வாடிவாசல்' லுக்கு நேர்மாறாக இது பிறந்தது. கருவாக என் நெஞ்சிலே இருபது ஆண்டுகளுக்கு மேல் கிடந்த பிறகுதான் நான்கு ஆண்டுகளுக்கு முன் இந்த உருவம் அதுக்குக் கிடைத்தது. நடுவே இரண்டு தடவைகள் – ஏதோ அமைப்பு முழுமை பெற்று விட்டதுபோல் தோன்றவே – பேனாவை நாட்டி இரண்டொரு பக்கங்கள் எழுதியதோடு நின்றுவிட்டது. கதைப்போக்கு இப்படி இருக்க வேண்டும் என்று 'சினாப்ஸிஸ்' என்கிறோமே – கதைச் சுருக்கம், அதுகூட எழுதி வைத்திருந்தேன்.

ஆனால் அந்த நாட்களில் 'ஜீவனாம்சம்' உருவாகி இருந்தால் அதன் உள்ளடக்கம் இன்று இருப்பதைப் பெற்றிராது. உருவமும் வேறாக இருந்திருக்கும். வெறும் நிகழ்ச்சிகளுக்கு அவற்றின் கோவையான போக்குக்கு முக்கியத்துவம் கொடுத்திருப்பேன். கதையில் நடக்கும் விஷயங்களை, 'எல்லாம தெரிந்தவனாக' நானே நடத்திச் சென்றிருப்பேன். இதெல்லாம் செய்திருந்தால் இன்று அதுக்கு ஏற்பட்டிருப்பதாக நான் கருதும் ஒரு கலை மதிப்புக் கிடைத்திருக்காது. இந்தக் கலைமதிப்பைப் பெறுவதற் காவே 'ஜீவனாம்சம்' வெகு நாட்கள் காத்திருக்க வேண்டி இருந்தது.

'ஜீவனாம்சம்' கதைக்குக் கொஞ்சம் நடப்பு ஆதாரம் உண்டு. ஆனால் இந்த ஆதாரத்தை எல்லாம் முழுக்க மறைத்துவிட்டு எழுந்த ஒரு கற்பனை படைப்பு 'ஜீவனாம்சம்.' நடப்பு ஆதார

மாக உள்ள நிகழ்ச்சி, சம்பவம், சங்கதி கட்டுக்கதைக்கு, கலைப் படைப்புக்கு மூல விஷயம். அவ்வளவுதான். ஆனால், அந்தப் படைப்புக்குள்ளே, படைப்பாளி, மூல விஷயத்தை தனக்குள்ளே ஏற்றுக்கொண்டு அதுக்குத் தன் அகநோக்காக, வடிகட்டி, வர்ணம் தீட்டி தன்பார்வையாக, அனுபவமாக, மதிப்பாக சாத்தியமாக்கி இருப்பது உள்ளடக்கம். இந்த உள்ளடக்கம்தான் படைப்பின் ஜீவன். மூல விஷயம் அல்ல. மூல விஷயம் அயம். உள்ளடக்கம் நூற்றியோரு தடவை புடம்போட்ட (21, 51 தடவைகள் போட்டதும் உண்டு) அயக்காந்த செந்தூரம். இந்த புடம்போடும் வேலையைப் பக்குவமாக முழுசாகச் செய்ய முடிகிறதுக்கு ஏற்பதான் படைப்பு, சத்தும் அழகும் மதிப்பும் பெறுகிறது.

சாந்தி கல்யாணம் ஆகி ஆறுமாதத்தில் கணவன் காலராவில் இறந்துவிட, தகப்பனார் வீட்டில் இருந்து வந்த விதவைப் பெண்ணுக்காக ஜீவனாம்ச வழக்குத் தொடரப்பட்டதும் கேஸ் சில வருஷங்கள் இழுபட்டு நடைபெறும் போது, கேஸ் தீர்ப்புக்குக் கொஞ்சம் முந்தி அந்தப் பெண் இறந்துவிட்டதும் கேஸ் ஒன்றுமில்லாமல் போனதும்தான் நடப்பு. எங்கள் குடும்பத்தில் சுமார் நாற்பது ஆண்டுகளுக்கு முன் நடந்தது.

சத்தும் அழகும் மதிப்பும் பெற இதை அப்படியே எழுதினால் போதாது என்று பட்டது. நடப்பு சம்பவமும் சுவாரஸ்யமானதுதான். என்றாலும் ஏதோ – 'எஸ்கேபிஸம்' என்கிறோமே அதுபோல – தப்பித்துக்கொள்ளும் போக்காக ஆகிவிடும், அந்தப் பிரச்னைக்கு மையமாக இருந்த ஒரு பொருளை அகற்றிவிட்டால் கதை நல்ல விடுவிப்போ அவிழ்ப்போ பெற்றுவிடும் என்று முடிவு கட்டினால். அது சத்தானதாக ஒரு உயர் அர்த்தத்தை ஏற்றுவதாக இருக்காது. எனவே என் கட்டுக் கதை மாறுதல் பெற்றது.

சத்தாக இருந்தால்தான் மதிப்பும் ஏறி இருக்கும். இந்த மதிப்பு ஏற்படத்தான் சாவித்திரிக்குத் தன் பார்வை உருவாக்கி அவளுக்குள் உத்தேசத்தையும் ஏற்றி வைத்தேன். 'ஜீவனாம்சம்'மை 'எழுத்து'வில் ஆய்வு செய்த விமர்சகர் டி.கே. துரைஸ்வாமி கூறி இருப்பதுபோல், 'சாவித்திரி நாம் அறிந்த ஒரு இந்தியக் குடும்பப்பெண்ணின் பரிபூரணப் பிரதிநிதியாக இருப்பதுதான்' நான் விரும்பிய மதிப்பு. இந்தக் காலத்துக்கு அந்த மதிப்பு 'அவுட்: டேட: ட்' – காலத்துக்கு ஒவ்வாத பழம் மதிப்பு என்பது போல தோன்றக்கூடும். இன்று புதிய மதிப்புகளில் ஆழ்ந்த நம்பிக்கை உள்ளவர்களுக்கு இன்றைய புது மதிப்பும் நாளை புதுமையை இழந்துவிடக்கூடுமே. எனவே சாவித்திரி அடிப்படைக் கேள்விக்கு விடை கண்டவள். அதனால் என்றைக்குமாக நிற்பாள்.

சத்தும் மதிப்பும் ஏற்றியாகி விட்டது. அழகு? கலைக்கு அழகுதானே முக்கியம். ‘கமலாம்பாள் சரித்திரம்’ முதல் ‘பொய்த் தேவு’, ‘மோகமுள்’ வரை சில நல்ல நாவல்கள் என்முன் இருந்தன. அவற்றின் அமைப்பு முறைகள் தனித்தனி விதம். அழகானவைதான். என் பொருளுக்குத் தக்க அழகு உருவம் ஏற்ற வேண்டுமே. இதெல்லாம் ஒத்துவரவில்லை. ‘ஜீவனாம்சம்’ முழுக்க மனக்குரலாகவே ஒலிக்க வேண்டும் என்றால் அதுக்கு என்ன உத்தி கையாளலாம் என்று பார்த்தேன். ‘ஜீவனாம்சம்’ மை ‘எழுத்து’ வில் ஆய்வு செய்த விமர்சகர் தருமு சிவராமூ, ‘ஒரு சில இடங்களில் நனவோடைப் போக்கிலும் நாவல் முழுக்க நினைவுப் பாதையிலும் போவது மட்டுமல்ல, ஒரே பாத்திரம் மட்டும் தன் அவசங்களோடு, விசார ரீதியில் நாவலைத் தூக்கிச் செல்வது’ என்று கூறி இருப்பதுபோல் உத்திகள் தோன் றின. ஒரு இரண்டரை வருஷ காலத்தில் மூன்றே தடவைகள் கோர்ட்டிலிருந்து வெங்கடேஸ்வரன் திரும்புகிற நேரமும் அதை அடுத்த ஒன்றிரண்டு மணி நேரம்தான் கதையின் அப் போதய நடப்பு. ‘விநாடிகளை அணுக்களாக்கி, அவற்றுள்ளேயே, உணர்ச்சி – நினைப்பு லோகங்களை சடபடவென்று ஒரே உலுப்பில் ஆயிரம் நாவல் பழங்களை உதிர்க்கிறாப்போல் சாவித்திரியிடமிருந்து உதிர வைத்த இயற்கைத்தன்மை’ என்று தருமு சிவராமூ குறிப்பிடும் போது என் உத்தேசத்தை நான் சொல்ல நினைப்பது போலவே சரியாகச் சொல்லிவிட்டார். சாதனை பற்றி வாசகர்கள் அவரைப்போல தாங்கள் படித்து முடிவு கட்டிக்கொள்ள வேண்டியது.

ரொம்பவும் இலக்கண சுத்தமான நடையின் விடைப்பையும் செயற்கைத் தன்மையையும் குறைத்து, கொச்சையின் நெகிழ்ச்சி யையும் ஒலிக்கோளாறையும் குறைத்து, கொச்சைக்கு மெருகு ஏற்றி, பேச்சுப் போக்கான தோரணையில் அதன் ஏற்றம், இறக்கம், திருப்பம், தொனி, அழுத்தம் இவற்றுடன் கூடிய ஒரு தமிழ் வசன நடைப்பாங்கையே நான் விரும்புகிறேன். ‘ஜீவ னாம்சம்’ மில் இதை முயன்றிருக்கிறேன். எந்த அளவுக்கு வெற்றி பெற்றிருக்கிறேனோ.

‘வாடிவாசல்’ எழுதும்போது என் உத்தேசங்களில் ஒன்று செயல் இயக்கத்தை எவ்வளவு வேகமாகச் சித்தரித்துக் காட்ட முடியும் என்று பார்ப்பதுதான். அங்கே அது அவசியம். முதல் பக்கத்திலிருந்து கடைசி பக்கம்வரை ஒரு வேக இயக்கம், கதையின் போக்கிலே மட்டும் இல்லாமல், சூழ்நிலை, பேச்சு இவற்றினூடும் தெரிய வேண்டும் என்பது. ‘ஜீவனம்சம்’ மில் அதுக்கு மாறாக. செயல் இயக்கம் – எவ்வளவு வேகமாக இருந் தாலும் சரி, அதை சித்தரிக்கும் போது, அணுவைப் பிளக்கிற மாதிரி அசைவையும் பிளந்து, சினிமாவில் ‘ஸ்லோ மோஷனில்’

காட்டுவது போல் அந்த அசைவை கண்களால் நிதானமாக தொடரும்படியாக, பிடித்து நிறுத்தித் தேக்கிக் காட்டுகிற மாதிரி செய்ய வேண்டும் என்று எனக்குப் பட்டது. இங்கு அது அவசியம். எனவே சாவித்திரியை அசைபோட வைத்தேன். சாவித்திரி என்ன, கதை நெடுக அசைபோடும் ஒரு மந்தகதி தான் ஓடுவதாகவே நான் நினைக்கிறேன். 'வாடிவாசல்'லுக்கு நிறைவு துரிதகதியில் சித்தரிப்பு மூலம். 'ஜீவனாம்சம்'முக்கு நிறைவு மந்தகதியில் சித்தரிப்பு மூலம்.

சாவித்திரியின் மனப்போக்கை வெகு நுட்பமாக, விவகார மாக, அவள் நினைக்க ஆரம்பித்தது முதல் அதுக்கு ஒரு முடிவு – அதுவும் அப்போதைக்கான முடிவுதான் – ஏற்படும் வரை ஒரு அறாத இழையோட்டமாகச் சித்தரிக்க முற்பட்டதிலே, எழுதுகிறபோது எனக்கு ஏற்பட்டது ஒரு நல்ல அனுபவம். சாவித்திரியாக நான் மாறி, நானும் அவளுக்குள் என்னை இழக்காமல், அவளும் தன்னை எனக்குள் இழக்காமல், இரு வரும் தனித்தன்மையை, மூர்த்திகரத்தைக் காப்பாற்றிக் கொண் டதால்தான் நான் படைப்பாளியாகத் தப்பினேன்; அவள் பாத்திரமாகத் தப்பினாள். 'சென்டிமெண்டாலிட்டி' என்கி றோமே – அசட்டு அபிமான உருக்கம் – அதுக்கு 'ஜீவனாம்சம்' நாவல் தப்பியது. 'எமோஷனலிஸம்' என்கிறோமே, உணர்ச்சியை வைத்தே மேலேமேலே சிந்திக்கிறது, ஆழமற்ற மேலோட்ட மான உணர்ச்சிவசப்பட்டு அதிலே துளைவது, இவைகளி லிருந்து கதாபாத்திரம் தப்பினாள்.

ஆக, 'ஜீவனாம்சம்' மில் ஏதோ தமிழில் புதுசாகச் சொல்லப் பார்த்திருக்கிறேன் என்று நம்புகிறேன். என் அடுத்த நாவல் பிறக்கக்கூடுமானால் எப்படி இருக்கப் போகிறதோ.

'எழுத்து' வில் 1959 – 60இல் வெளிவந்த இந்த நாவலை, நான் வியக்கும்படியாக, அவ்வளவு குறைந்த கால அளவில் தன் அச்சகத்தில் அடித்துக்கொடுத்து புரூஃப் திருத்தி உதவி யதுக்கும் என் நண்பர் வ. விஜயபாஸ்கரனுக்கு நான் நன்றி தெரிவிக்கக் கடமைப்பட்டவன்.

சி.சு. செல்லப்பா

1

வாசல் ரேழியில் செருப்புக் கழற்றப்படும் சப்தம் கேட்டது.

‘மன்னி, அண்ணா வந்துவிட்டான் போலிருக்கு,’ என்று பத்துப் பாத்திரங்களைத் தேய்த்து அலம்பிக் கொண்டிருந்த சாவித்திரி தொட்டி முற்றத்தில் இருந்தவாறே, வாசல் ரேழியைப் பார்த்துக் கொண்டே, சமயலறைக்குள் கைக் காரியமாக இருந்த தன் மன்னியின் காதுகளில் விழும்படியாகக் கூறினாள்.

‘அதற்குள்ளேயா? போ. இன்றைக்கும் ஈரங்கியை ஒத்திப் போட்டாச்சாக்கும்’ என்று சலித்துக் கொண்டே, சலித்துக்கொண்டிருந்த அரிசிமா தாம் பாளத்தின் மீது சல்லடையை அப்படியே வைத்து விட்டு எழுந்து, புடவை முந்தானையில் பட்டிருந்த மாவைத் தட்டித் துடைத்துக்கொண்டு கூடத்துக்கு வந்தாள் அலமேலு.

அவள் சமயலறை நிலைப்படியைத் தாண்டி கூடத்துக்கு வருமுன்னரே வெங்கடேஸ்வரன் நடுக் கூடத்துக்கு வந்துவிட்டான். விசாலமான கூடத்தின் வடகோடிச் சுவர் ஓரமாகப் போடப்பட்டிருந்த தோதகத்தி மேஜைமீது கையிலிருந்த கைப்பையைத் தொப்பெனப் போட்டுவிட்டு கோட்டைக் கழற்றிக் கொண்டே தென்கோடிச் சுவரில் அடித்திருந்த கோட் ஸ்டாண்டுமீது அதை மாட்டச் சென்றான்.

‘இன்றைக்கும் அலைச்சலும் செலவும்தானா மிச்சம்?’ என்று எரிச்சலுடன் கேட்டவாறே

கணவன் முகத்தைப் பார்த்தாள் அலமேலு. 'இந்தக் கோர்ட்டு என்று போனாலே நாயாகத்தான் அலையவேண்டி இருக்கு.'

'அட, நாயாக அலைகிறோம், இல்லை, பேயாகத்தான் அலைகிறோம்,' என்று ஆத்திரத்துடன் ஆரம்பித்தான் வெங்க டேஸ்வரன். 'உடம்புப் பிடியாகப் பிடித்துக்கொண்டு விட்டது.'

'ஏன், கையை விட்டால் போதும் என்று இருக்கா?' என்று லேசாகச் சிரித்துக்கொண்டே கேட்டாள் அலமேலு. சிரிக்க வேண்டும் என்று அவள் சிரிக்கவில்லை. அந்த வசனம் உணர்த்திய அர்த்தத்தோடு சுதாவாக எழுந்த சிரிப்புதான்.

'நீ சிரிப்பதற்கென்ன,' என்று பாவனையாக அவள்மீது சீறிவிழுகிற மாதிரி பேசினான் வெங்கடேஸ்வரன். 'இந்த ஆறு மாதமாக அலைகிறவனுக்குத் தெரியும். கேஸையே எடுத்த பாடு இல்லை. எடுத்த பிறகு எவ்வளவு நீளப்போகிறதோ? அவர் மாற்றி நான், நான் மாற்றி அவர் வாயுதா வாங்கு கிறதும் அதற்கு மேலே கோர்ட் வாயுதாப் போடுகிறதும். செ! அப்பா இருந்து ஒரு வழியாக முடித்துத் தொலைத்து விட்டிருந்தால் இரண்டில் ஒன்று தீர்ந்திருக்கும். இப்போது உன் பேச்சைக் கேட்டு ...'

'நன்றாக இருக்கே நீங்கள் பேசுகிற வார்த்தை!' என்று தன்னைப்பற்றி பிரஸ்தாபித்ததும் குறுக்கிட்டு சற்று பதறியே பேசினாள் அலமேலு. கணவனிடம் அப்படி அவள் அதிகம் பேசியவள் அல்ல என்றாலும் அந்த வாக்கியம் அவளைக் குத்திவிடவே தன்னைப் பாதுகாத்துக்கொள்ளப் பேசினாள். 'உங்க அப்பாவைச் சொன்ன வாயாலேயே என்னையும் சேர்த்துச் சொல்லிவிட்டீர்களே, போனாலும் போகிறது என்று. உங்க தங்கைக்காகக் கோர்ட்டில் ஜீவனாம்சத்துக்கு வழக்குப் போடுங்கள் என்று நானா சொன்னேன்? ஒரு வார்த்தை மட்டும் சொன்னது வாஸ்தவம். இல்லை என்று சொல்லவில்லை. இவ்வளவு சொத்து வைத்துக் கொண்டிருக்கிறாரே. அவள் நன்றாக இருந்திருந்தால் அந்த வீட்டில்தானே இருப்பாள். அப்போது சாப்பாட்டுக்குத் துணிக்குக் கிடைக்கிறதை இப் போது அவளுக்குக் கொடுக்கப்படாதா? கேட்டுப் பாருங ்களேன் என்று சொன்னேன். இதிலே என்ன தப்பு, கேட்கி றேன்? சாவித்திரி, பாரு உங்க அண்ணாவை, என் மேலே பழி போடுவதை. நீயே கேளு.'

சாவித்திரி இதற்குள் சில பாத்திரங்களை அடுக்குள்ளில் கொண்டுபோய் வைத்துவிட்டு, அண்ணாவும் மன்னியும் பேசுவதைக் கேட்க, அதைவிட அண்ணா என்ன தகவல் கொண்டு வந்திருக்கிறான் என்பதை அறிய மன்னிக்குப்

பின்னால் வந்து சமயலறைப் படியில் கால் வைத்து, மேல் நிலைக்கட்டையில் ஒரு கை வைத்துக்கொண்டு நின்றாள்.

‘அண்ணா உன் மேலே பழி போடணும் என்று நினைத்துச் சொல்லி இருக்க மாட்டான் ‘மன்னி,’ என்று சாமர்த்தியமாகச் சமாளிப்பு பதில் கூறினாள் சாவித்திரி. ‘அவ்வளவு சள்ளை யாக அவனுக்குப் படுகிறது. அந்த சங்கடத்தில் அப்பாவைச் சொல்லிவிட்டு உன்னையும் சொன்னான். என்னைப் பற்றிச் சொல்லாதபோனாலும் மனதுக்குள்ளே எல்லாம் இவளால் தான் என்று நினைத்துத்தான் இருப்பான். ஏன் அண்ணா, நினைத்தாயா இல்லையா? மன்னி மேலே ஏன் பழியைச் சுமத்துகிறாய்?’

சாவித்திரி குறுக்கிட்டதும் வெங்கடேஸ்வரனுடைய தொனியே மாறிவிட்டது. உண்மையில் அவன் சாவித்திரியைப் பற்றி அப்படித்தான் நினைத்தானா என்று அவனுக்கே தெரிய வில்லை. மறுபடியும் நினைத்துப்பார்த்தபோது அந்த மாதிரி, தான் நினைக்கவேயில்லை என்று தீர்மானமாகப்பட்டது அவனுக்கு. சாவித்திரி சொன்ன மாதிரி, மனைவியைக் குத்திக் காட்ட உத்தேசமே இல்லை அவனுக்கு. ஏதோ வழக்கு என் றால் ஒரு மாதம் இரண்டு மாதத்தில் முடிந்துவிடும் என்றுதான் நினைத்திருந்தான். அது இப்படி ஹனுமார் வாலாக நீண்டு கொண்டிருக்கவே அலுத்துப்போய் வந்த நினைப்பில், யாரை யாவது அதற்குப் பொறுப்புக் கட்ட வேண்டும் என்று தோன்றிய க்ஷண நினைப்பில் பளிச்சென்று சொல்லிவிட்டான். எனவே தன் குற்றச்சாட்டு வேண்டும் என்று இராதுபோது, அதை ஆதாரமாகக் கொண்டு மனைவி சொன்னதற்கும் சாவித்திரி இருவருக்கும் பொதுவாக சமாதான தோரணையில் கூறியதற் கும் முக்கியத்வம் எதுவும் கொடுக்கவில்லை அவன். இருவரை யும் பார்த்துச் சிரித்து மழுப்பிவிட்டு அதற்குமேல் பதில் எதுவும் சொல்ல விரும்பாதவனாகக் காட்டிக்கொண்டான். அவர்களும் புரிந்துகொண்டு ஒரு கணம் பேசாமல் இருந்து விட்டார்கள்.

‘அப்பா இருந்தவரைக்கும் பெரிய மனுஷராக நடந்து கொண்டுவிட்டார். இப்போது நான்தான் “சின்னப்பயலாகக் கோர்ட்டுக்குப் போய்விட்டான்” என்று பெயர் எடுக்க வேண்டி இருக்கு,’ என்றான்.

‘ஊர்க்காரர்கள் நாலும்தான் சொல்வார்கள்; அவர்கள் வாயை யாராவது பொத்த முடியுமா?’ என்றாள் அலமேலு. ‘ஏன், இப்போது பெரிய மனுஷா, சின்ன மனுஷா என்று பேசுகிறவர்கள் அன்றைக்கு தலையிட்டு நியாயம் பேசுகிறது

தானே, கேட்கிறேன் – கோர்ட்டுக்குப் போகவிடாமல். இப் போது முற்ற விட்டுவிட்டு சொல்ல வருகிறார்களாக்கும்.'

சாவித்திரி இடைமறித்தாள். 'மன்னி, ஊர்க்காரர்களைப்பற்றி நாம் எதற்குப் பேசணும்? நியாயம் தப்பு நமக்குள்ளே தீர்த்துக் கொள்ள முடியாதா என்ன, மனசு வைத்தால்?'

'மனசு வைத்தால் என்று சொன்னாயே, சரியான வார்த்தை. ஒரு மனசு வைத்தால் மட்டும் போதுமா' என்றாள் அலமேலு. 'இரண்டு கையையும் தட்டினால்தானே சத்தம் உண்டாகும்.'

'அப்படிப் போகத் தெரியாததினாலேதான் இப்போது கோர்ட்டார் மனசை நம்பி எதிர்பார்த்துக் கிடக்கவேண்டி இருக்கிறது' என்றான் வெங்கடேஸ்வரன். 'அவர்கள் பார்த்து எப்படிச் சொன்னாலும் நியாயம் என்று அப்புறம் ஏற்றுக்கொள் வோம். இதுதான் இந்த மனுஷப் பிறவியின் சுபாவம்.'

'சரி, இன்றைக்கு என்ன ஆச்சு, அதைச் சொல்லு, அண்ணா' என்று விஷயத்துக்குத் திருப்பினாள் சாவித்திரி. 'எங்கேயோ ஆரம்பித்த பேச்சுத் திரும்ப வேதாளம் முருங்கை மரம் ஏறிக்கொண்ட மாதிரி பழசையே பேசுவதில் வந்து நின்று விட்டது.'

'நானும் அதைத்தான் கேட்க வந்தேன், அதற்குள்ளே உங்க அண்ணா வாயைப் பிடுங்கிக்கொண்டு விட்டார்', என்றாள் அலமேலு. 'நான் கேட்டதுக்குத்தான் அப்படிப் பதில். தங்கை கேட்பதுக்காவது நேரான பதில் சொல்லுங்கள்.'

'அவள் கேட்டதினாலே புதுசாகப் பதில் சொல்லப் போகி றேனா என்ன?' என்று சொல்லி வெங்கடேஸ்வரன் சிரித்தான். 'உடம்பு சரியில்லையாம். அவரது காரியஸ்தர் வந்து வாயுதா வாங்கிக்கொண்டார். அடுத்த மாசக் கடைசிக்குப் போட்டிருக்கு.'

'அந்த பிராமணருக்கு இழுப்பு வியாதி. இந்தப் பனி போகிற வரைக்கும் வீட்டைவிட்டு வெளியே கிளம்பவே முடியாது,' என்று தானறிந்த விளக்கம் கொடுத்தாள் அலமேலு. 'நன்றாக, "கன்னாபட்டிக்கு வழி எங்கே, இன்னும் கொஞ்ச தூரம்" என்று போய்க்கொண்டே இருக்கு!'

'திரும்பத்திரும்ப சொல்லிப் பிரயோசனம்?' என்றான் வெங்க டேஸ்வரன். 'முள்மேலே வேஷ்டியைப் போட்டாச்சு. ஜாக்கிர தையாகத்தான் எடுக்க வேண்டும். பார்ப்போம். நம் கையை மீறிப் போய்விட்ட விஷயமாகிவிட்டது.'

'அதற்குத்தான், ஆளை அனுப்பினாரே அவர் – காரியக் காரரை. ஏதோ அவர் மூலமாக ஏதாவது –' என்றாள் அலமேலு.

'அவர் என்ன, ஏற்பாடா சொன்னார்? சரிதான் போ.' வாய்விட்டுச் சிரித்துவிட்டான் வெங்கடேஸ்வரன். நாம் கேட்டதென்ன, அவர் கொடுப்பதாகச் சொன்னதென்ன? அரைமா நிலத்தை அனுபவ பாத்யதையாக மட்டும் எழுதி வைத்து விடுவதாம். எப்படி விஷயம்! பத்துப் பதினெட்டு கலம் வருமோ என்னமோ! கலம் மூணு ரூபாய்க்குச் சீரழிகிறது. அந்த ஐம்பது காசை சாவித்திரி வருஷத்துக்கும் வைத்துக் கொண்டு செலவழிக்கலாமாம்! என்ன அவர் கிட்ட பிச்சையா கேட்டோம்?' ஆத்திரத்தோடு பேசினான் வெங்கடேஸ்வரன்.

'இல்லாது போனால் மாற்று யோசனை ஒன்று சொன்னாரே, மாதம் எட்டு ரூபாய் ஆயுசுக்கும் கொடுத்து வருவதாக. என்ன தாராளம்?' அலமேலு சொல்லிச் சிரித்தாள். 'தேடித் தேடி பெரிய மிராசுதார் வீடு என்று அவளைக் கொடுத்ததுக்கு வருஷத்துக்கு நூறு காசை வெட்கமில்லாமல் கொடுக்கிறேன் என்று வாய்விட்டுச் சொல்ல வந்தாரே, ஹூம்... அவள் பண்ணின பாவம். நன்றாக இருந்தால் அந்த வீட்டில் லக்ஷ்மியாக இருப்பாள்.' பெருமூச்சு விட்டு கண்ணைக் கசக்கிக் கொண்டாள். 'இல்லை, ஒரு குஞ்சாவது இருந்தது என்றாலும் அது ஒரு தினிசாக ஏற்பாடாகி இருக்கும். போடு கையிலே, என்று அடித்து வாங்கி இருக்கும் அது. அதுக்கும் இல்லாமல் போச்சு.'

'இதோ பாரு, நடக்காதது நடக்கப் போகாததையெல்லாம் பேசிப் பிரயோசனம்? காலைவிட்டுக் கொண்டாகிவிட்டது... பாதியிலே நிறுத்தப் போகிறதில்லை. முழுக்கப் பாத்துவிடத் தான் போகிறேன்' என்று, உறுதி காட்டிச் சொன்னான் வெங்கடேஸ்வரன். 'நமக்குச் சாப்பாட்டுக்கு இருக்கு, இல்லை என்பதில்லை. அந்தக் காசு வந்துதான் சாவித்திரி சாப்பிட்டு ஆகணும் என்பதும் இல்லை. என் தங்கையை நான் கடைசி வரைக்கும் பார்த்துக்கொள்ளப் போகிறவன்தான். ஆனாலும் நியாயம் ஒன்று இருக்கிறது. மாசத்துக்கு எழுபத்தைந்து ரூபாய்க்கு ஒரு செம்புச் சல்லி குறைத்து அவர்களிடமிருந்து வாங்கமால் விடுகிறதில்லை. ஹைகோர்ட் வரைக்கும் போனாலும் சரி. நாம் போட்டு இருக்கிறபடி, போன இத்தனை வருஷத்துக்கும் சேர்த்து வேறே கொடுக்கணும். இன்னும் அவளுக்கு பூஜை, விரதங்கள், க்ஷேத்திர யாத்திரை எல்லாவற்றிற்கும் சேர்த்து அவர்களிடமிருந்து வாங்காமல் விடப்போவதில்லை.'

'நீங்கள் தங்கைக்காக இப்படி வரிந்து கட்டிப் பேசுகிறீர்கள்' என்று இழுத்து நிறுத்தினாள் அலமேலு.

'ஏன் நிறுத்துகிறாய்? சொல்லி முடியேன்.'

'அவளுக்காக என்பதெல்லாம் வெறும் பேச்சு. ஒருத்திக்கு இவ்வளவு வேணுமாக்கும். எல்லாம் அவர்கள் சாப்பிடத்தான் என்று பேச்சு வரும் நாளைக்கு ஏன், இப்போதே பேசிக்கிறது என் காதுக்கு வந்தது.'

'மறுபடியும் இந்த ஊர்க்காரரா பேச்சா! அது எப்படியும் பேசுகிற நாக்கு. உனக்கும் பேசும், எனக்கும் பேசும்,' என்றான் வெங்கடேஸ்வரன். 'அதெல்லாம் காதில் போட்டுக்கொண் டால் தகப்பனும் மகனும் கழுதையைச் சுமந்த கதைதான். இதோ பாரு, சாவித்திரி ஒருத்தி அப்படிச் சொன்னால், இல்லை, நினைத்தாலே, நான் இந்த க்ஷணத்தோடு அப்படியே விட்டுவிடுகிறேன். சாவித்திரி என்ன நினைக்கிறாள் என்பது தான் எனக்கு முக்கியம். கூடப் பிறந்தவளுக்குப் பிறரை நம்பி இருக்காமல் ஏதாவது செய்து விடணும் என்கிற ஒரு ஆஸ்தை தான் எனக்கு.'

வெங்கடேஸ்வரன் படபடத்துப் பேசி நிறுத்தினான். அவனு டைய படபடப்புப் பேச்சு தங்கை சாவித்திரிக்கோ மனைவி அலமேலுவுக்கோ புதிதல்ல. ஆனாலும் இப்பொழுது அவன் பேசியதில் இருந்த ஒரு உறுதியையும் அழுத்தத்தையும் கண்டு கொஞ்சம் அதிர்ந்துதான் போனாள் சாவித்திரி. மற்ற எத்தனையோ விஷயங்களில் அண்ணாவின் வேகத்தை அவள் பார்த்து இருந்ததற்குத் தன் விஷயத்தில் இப்படிப் பேசியது முதல் தடவை என்பதை அவள் உணர்ந்தாள்.

'ஏன் அண்ணா! இதெல்லாம் நீயாக எதுக்குச் சொல்லிக் கொள்கிறாய்? சாவித்திரி நினைப்பது வேறே, நீ நினைப்பது வேறே என்று இருக்குமானால் நீ கையெழுத்துப் போடச் சொன்ன போதே நான் பிடிவாதமாக மறுத்துவிட்டிருக்க மாட்டேனா! இனிமேல்தானா உன்னைப்பற்றியும் மன்னியைப் பற்றியும் நான் நினைக்கப் போகிறேன்?'

சாவித்திரியின் இதயபூர்வமான பதில் வெங்கடேஸ் வரனுக்கு திருப்தியாக இருந்தது. 'சாவித்திரி, மன்னி சொன்ன தில் உண்மை இல்லாமல் இல்லை. ஒரு விஷயம் என்றால் எல்லோருக்கும் ஒரே மாதிரி பார்வை விழாது. அவரவர் எந்த கோணத்திலிருந்து பார்ப்பார்கள் என்பதும் நமக்குத் தெரியாது,' என்றான் வெங்கடேஸ்வரன்.

'இந்த விஷயத்தில் பத்துப்பேர் பத்து தினுசாகப் பார்ப்ப தற்கு என்ன இருக்கிறது, அண்ணா? சம்பந்தப்பட்ட நாம் பார்க்கிற பார்வை ஒன்றுதான் முக்யம்,' என்றாள் சாவித்திரி.

'சாவித்திரி, இதிலேயே மூன்று பார்வைகள் இருக்கு, நீ, நான், மன்னி. நீ நினைக்கலாம் மூணும் ஒன்றாக இருக்கும்

என்று. மற்றவர்களுக்கு அப்படிப் படாமல் இருக்கலாம். அதனால் பேசத் தோன்றும்.'

'நான்தான் சொல்கிறேனே,' என்று ஆரம்பித்தாள் அலமேலு. முன்மாதிரி நாம் இருந்தால் யாரும் நாக்கைச் சுழற்றிப் பேச வரமாட்டார்கள். அப்பா இத்தனை சொத்தையும் அதறகத் தனை கடனையும் வைத்துவிட்டு செத்ததுக்கு, கடனை எல்லாம் அடைத்து நீந்தப் போகிறோமோ என்று இருந்தது. என்னவோ கஞ்சித்துணிக்கு மிச்சம். இந்த நூறு ரூபாய் சம்பளம் ஒன்று கையைக் கடிக்காமல், பசிக்காமல் சாப்பிட வருது. அதெல் லாம் பேசுகிறவர்களுக்குத் தெரியாமல் இல்லை. இருந்தாலும் கிடைக்கிறது ஆதாயம் என்று நாம் பார்ப்பதாகத்தான் பேசு வார்கள். வார்த்தைக்குப் பார்த்தால் நாம் திண்டாட வேண்டி யதுதான்.'

'மன்னி,' என்று சாவித்திரி இடை மறித்தாள். 'அண்ணா, ஒரு மூச்சுப் பேசி நிறுத்தியாச்சு, இப்போது நீ. இதெல்லாம் யாருக்கு என்று சொல்கிறாய்? எதிராளி யாரும் இல்லாத இடத்தில் பேசிப் பிரயோசனம்?'

'எச்சிப்போன கையைப்பற்றி யார் என்ன சொன்னாலும் எடுக்கும், சாவித்திரி! என் அனுபவத்தில் சொல்கிறேன், தெரியாவிட்டால் கேட்டுக்கொள்,' என்றாள் அலமேலு.

'நீ எதையோ மனதில் வைத்துக்கொண்டு எப்படியோ பேசினால் எனக்குப் பேசத் தெரியாது மன்னி,' என்று நொந்து பதில் சென்னாள் சாவித்திரி. 'நீயாக அப்படி இப்படி என்று கற்பனை பண்ணிக்கொண்டு எதுக்கு உழட்டிக் கொள்கிறாய், மற்றவர்களையும் உழல வைக்கிறாய்.'

பேச்சு வேறு எப்படியோ போகிறதுபோல் வெங்கடேஸ் வரனுக்குப் பட்டது. தன் மனைவி சொல்லும் வார்த்தைகள் ஒப்புக்கொள்ளக் கூடியவையாகத்தான் அவனுக்குப்பட்டது என்றாலும் அவள் சற்று அதிகமாகவே அதைப்பற்றி பிரஸ்தா பிப்பதாக அபிப்பிராயப்பட்டான். அவள் சுபாவமும் எதையும் பன்னிப்பன்னி சொல்லிக்கொண்டிருப்பதுதான். 'நறுக்கென்று சொல்லி நிறுத்தமாட்டாய் நீ,' என்று அவளைக் கண்டித்து அடக்குகிறமாதிரி சொன்னான்.

'ஆமாம், உங்க மாதிரி எனக்கு வெட்டொன்று துண்டு இரண்டாகப் பேசத் தெரியவில்லை, என்ன செய்கிறது. இனி மேல் கற்றுக்கொள்கிறேன்,' என்றாள் அலமேலு. 'செய்கிறது யாருக்கும் தெரியாது; சொல்லுவதுதான் தெரியும்.'

'செய்கிறவர்கள் சொல்லிக்கமாட்டார்கள். தெரிந்துகொள்' என்றான் வெங்கடேஸ்வரன். 'தணலில் கையைவிட்டு அதில்

இருப்பதை எடுக்கணும் கையும் சுடக்கூடாது என்கிறதுதான் உனக்கு. ஊரார் நாளைக்கு அப்படிச் சொன்னால் அதையும் கேட்டுக்கொள்ளத்தான் வேண்டும். அதற்கு ரோஷப்பட்டால் முன்னாடியே யோசித்து இறங்கி இருக்கணும். அதற்கு அந்த பிராமணன் இன்னொரு யோசனை சொன்னாரே. அதன்படியே செய்திருந்தால் இத்தனைக்கும் அவசியமே இல்லையே.'

'ஏன், நானா வேண்டாமென்று சொன்னேன்? செய்திருக்கிறது தானே,' என்று விடாமல் பேசினாள் அலமேலு விவகாரமாக. 'அவர்கள் வீடே கதி என்று போய்க்கிடந்து அந்த இரண்டு கிழடுகளுக்கும் அந்தக் குஞ்சுக்கும் உழைத்துக் கொட்டிக் கொண்டு கிடக்கலாமே. அவள் தலையில் அப்படி எழுதி இருந்தால் நடந்துதான் தீரும் . . .'

'மன்னி!' சாவித்திரி குறுக்கிட்டுக் கூவினாள். 'நீ குறுக்கே பேசாதே, சாவித்திரி! உங்க அண்ணாவுக்கு என்னவோ இப்படித் திடீரென்று என் பேச்சிலே இவ்வளவு வித்தியாசம் பட்டு விட்டது.'

'அண்ணாவாக எதையும் ஆரம்பிக்கவில்லை மன்னி. ஆமாம்!'

'சரி இருக்கட்டும். நானேதான் வாயைக் கிண்டிவிட்டு வாங்கிக் கட்டிக் கொள்கிறேன். இருக்கட்டும்.'

'உன் வார்த்தைகளாலேதான் அண்ணாவுக்கு விஷயம் கிடைத்தது. இல்லாது போனால் அண்ணா தன் பாட்டுக்கு விஷயத்தைச் சொல்லிவிட்டுப் பேசாமல் போயிருப்பான்.'

'சரி, நீ புரிந்துகொண்டிருக்கே உன் அண்ணாவை நன்றாக,' விஷமமாக சிரித்தாள் அலமேலு. 'இதோ பாரு, காலத்தை ஒட்டிச் சொன்னதுக்கு எனக்கு இந்த வார்த்தை, தலையெ ழுத்து! குறைப்பட்டுத்தான் போனாள், அலங்கோலம் வேண் டாம் என்று அன்றைக்கு நின்று காரியத்தைச் சாதிக்க நான் வேணும். அத்தனை பேர் கிட்டவும் "டவுன் பெண்ணோ இல்லையோ. நாலு இங்கிலீஷ் வார்த்தை அபூர்வமாகக் கற்றுக் கொண்டிருக்கிறாள். அந்த கிருஸ்தவ பாஷையை!" என்று கிராமத்தார் வம்பை எல்லாம் கேட்டுக்கொண்டேன். உங்க அண்ணா கிட்டச் சொல்லி, அவர் அப்பா காதிலே போட்டு – உங்கப்பா அதற்கு வீட்டையே இரண்டாக்கி விட்டாரே – வீட்டிலேயே அடைத்துக் கிடந்தால் மனசு புழுங்கிப் போகும்னு உன்னை பள்ளிக்கூடத்துக்கும் அனுப்பிக்கச் சொன்னேன். அதுதான் நடக்கவில்லை. அப்படியெல்லாம் செய்தவளுக்கு இப்போது இன்னொருத்தர் காசுக்கு ஆசைப்படுகிறாள் என்று பட்டம். உங்க அண்ணாவே சாட்டுகிறபோது வெளி மனுஷர்

கள் பத்துப்பங்கு கூடவேதான் சொல்வார்கள். ஏன் சொல்ல மாட்டார்கள்? முந்திரிக்கொட்டை மாதிரி முன்னுக்கு நான் வந்திருக்கக்கூடாது. என்னைத்தான் சொல்லிக்கணும்' என்று பொரித்துச் சொல்லிக்கொண்டே, கடைசி வார்த்தைகளைச் சொல்லும்போது குரல் தழதழக்கத் திரும்பி சமயலறைக்குள் போய்விட்டாள்.

'தன்னையே முடுக்கிவிட்டுக்கொண்டு குதிக்கிறவர்களிடம் டமாரம் அடித்துக் காதுக்குள் சொன்னால்கூட எதுவும் ஏறாது' என்று சற்றுக் கோபத்தோடு சொல்லிக் கொண்டே வெங்கடேஸ்வரன் வாசல்பக்கம் போய்விட்டான்.

'நீயும் ஒன்றும் சொல்லாமல்போயேன், அண்ணா,' என்று, அண்ணா சொல்லி முடிக்கவும் கூறின சாவித்திரி மீதிப் பாத்திரங்களை அலம்பி எடுத்துவைக்க முற்றத்துக்குச் சென்றாள்.

2

பாத்திரங்களை அலம்பிக்கொண்டிருந்த சாவித்திரியின் கை திரும்பத்திரும்ப ஜலத்தை ஒரே பாத்திரத்தின் மீது, அதில் ஏதோ இன்னும் ஒட்டிக்கொண்டிருந்த பத்து போக மறுத்துக் கொண்டிருப்பது போலவும் தான் அதை பிடிவாத மாகப் போகச் செய்ய சிரமப்படுவது போலவும் கொட்டிக்கொட்டி கவிழ்ப்பதும் விரலால் சுரண்டி விடுவதுமாக இருந்தது. ஐந்தாறு தரம் அப்படிச் செய்த பிறகுதான் அவள் மனதில் பட்டது தான் அர்த்தமின்றி செய்துகொண்டிருப்பதாக. எப்போ துமே மனசு பறிகொடுக்கப்பட்டது போன்ற நிலை யில் எதிலோ ஆழ்ந்து போய்விட்டால் அதன் போக்குக்கும் கை செய்கிற காரியத்துக்கும் சம்பந்தமே இல்லாது போய்விடும். கைபாட்டுக்கு யந்திரம் மாதிரி செய்துகொண்டிருக்கும். சாவித்திரி மனசு இப்படித்தான் என்று ஒரு நேர்வழி கொள் ளாமல் முன்னும் பின்னும் போய்க் கொண்டி ருந்தது.

அண்ணாவும் மன்னியும் ஒருத்தரை ஒருத்தர் சொல்லிக்கொண்டார்கள். ஏதோ புருஷன் மனைவிக்குள்ளே ஏற்படுகிறது சகஜம், இப்போது பேசினது இப்போதோடு போச்சு என்று இருந்து விடலாம் என்றுதான் பார்த்தாள். வேறு ஒருத்தர் விஷயமாக இருந்தால் அப்படித் தள்ளி விட்டுவிட முடியும். ஆனால், தான் வந்து அவர்கள் சதுரங்க ஆட்டத்தில் பகடைக்காயாக இருக்கிறபோது அது உருளுகிற அவஸ்தை தனக்குள் வலிக்காமல்

இருக்குமா? அவளுக்கு வேதனையாகத்தான் இருந்தது, அந்த அனாவசிய விவகாரப் பேச்சுகளை எல்லாம் கேட்க, ஒரு வார்த்தை எந்த மூலையிலிருந்தாவது கொஞ்சம் ஒரு மாதிரி யாகப் புறப்பட்டுவிட்டால் அப்புறம் வார்த்தை என்றால் பத்து வார்த்தைதான் பிறக்கும்; அதைத் தடுக்க முடியாது.

அந்த மாதிரிதான் இந்த மன்னி இன்றைக்கு ஆரம்பித்து வைத்தாள். வேணும் என்று காத்திருந்து அப்படி வார்த்தை களை விட்டாள் என்று சாவித்திரிக்கு துணிந்து மனசு நினைக்க வரவில்லை. ஏனென்றால் மன்னி படபடப்பில் சத்து எதுவுமே கிடையாது என்பது அவளுக்கு இன்றைக்கா தெரியும்? தனக்குப் பன்னிரண்டு வயதிலே கல்யாணமாவதற்கு ஒரு வருஷம் முந்தி அவள் இந்த வீட்டுக்கு வந்ததிலே இருந்து இந்தப் பத்து வருஷமாகத் தெரிந்ததுதான். அப்போது அம்மா கூட இருந்தாள். தனக்குக் கல்யாணமாகி புக்ககத்துக்கு நாலு வருஷம் கழித்துப் போவதற்கு ஒரு வருஷம் முந்தி அம்மா, தனக்கு அப்புறம் நாள் கழித்து உண்டாகி குறைப் பிரசவத்தில் செத்துப் போனாள். அதற்கப்புறம்தானே இந்த மன்னி கூடத்துக்கு வந்து வாயைத் திறந்து பேச ஆரம்பித்தாள் அண்ணா வோடு. அதுவரைக்கும் அண்ணாவும் மன்னியும் தன் முன் னாலே நின்று பேசிக்கூட கேட்டதில்லை. அப்படி இருந்த மன்னிதான் இன்றைக்கு இவ்வளவு கொட்டிப் பேசுகிறாள். இந்த மாதிரி பேச்சும் அப்பா இருக்கிற வரைக்கும் பேசினது இல்லை, அப்பா போய் வருஷாப்தீகம் ஆன பிறகுதான் இந்த வாய் வந்திருக்கிறது அவளுக்கு.

‘தப்பு’ என்று தனக்குச் சொல்லிக்கொண்டாள் சாவித்திரி. இதைப் போய் வாய் வந்திருக்கு என்று அவ்வளவு தடிப்பாகவும் சொல்லிவிடக் கூடாது. பொம்மண்டாட்டிகளுக்குப் புக்காத் திலே ஒரு குழந்தை பெற்ற பிறகுதான் வாயைத் திறக்கவே தைரியம் வரும் என்று கேலியாகப் பிறர் பேசிக் கேட்டிருக் கிறாள். இந்த மன்னி இப்போது நாலு குழந்தைகளுக்குத் தாயாக ஆனப்புறம் இப்படிப் பேசுவதற்காக அவள் மேலே பழி ஏற்றுவது தப்புத்தான்.

சரி, மன்னியைப்பற்றி எதுக்கு இவ்வளவு நினைத்துக் கொள்ளணும்? இன்னும் பத்து நிமிஷத்தில் எல்லாவற்றையும் மறந்துவிட்டு சாவித்திரி, அது இது என்று இழுத்து வைத்துச் சிரித்துப் பேசப் போகிறாள். அண்ணாவுக்கும் அவள் சுபாவத் திலே பாதி. வாசலுக்குப் போனவன் இதோ உள்ளே வந்து ‘ஏண்டி, தோண்டி’ என்று ஆரம்பித்து விடுவான் மன்னியைப் பார்த்து. அண்ணாவைப் பற்றியும் என்ன சொல்வதற்கு இருக்கு என்று கேட்டுக்கொண்டாள். அவனுக்கு இருக்கிற

ஒரே தங்கை. என்னதான் வந்தாலும் விட்டுவிட மாட்டான், தெரியும். ஆனாலும் அவளுக்கு இருக்கிற உரிமையை விடக் கூடாது என்று பட்டிருக்கு. அவர்களுக்கு எழுதிக் கேட்கட்டுமா என்றுதான் முதலில் கேட்டான். அவளுக்கு முதலில் – அதென்னவோ – புதுசாக இருந்தது, அந்த மாதிரி கேட்பது.

அப்போது, அப்பா இருந்தபோது ஒருநாள் இதைப்பற்றி பேச்சு வந்தது அவளுக்கு ஞாபகம் வந்தது. அப்பாவோடு வேலை பார்த்து ரிடயர் ஆனவர் அவர். கூடத்துக் கட்டிலில் உட்கார்ந்து சொல்லிக்கொண்டிருந்தார். அவள் அடுக்குளுக்குள் இருந்துகேட்டாள். கேட்க வேண்டும் என்று கேட்கவில்லை. வந்தவருக்கு டிபன் கொண்டு கொடுக்க எடுத்துக்கொண்டிருக் கும்போது அவள் காதில் விழுந்தது.

'ஏண்டா விஸ்வநாதா, ஆமாம் இப்படியே எதுக்குடா விட்டுக்கொண்டு இருக்கிறாய்? அவளுக்கு ஒரு வழி செய்ய வேண்டாமா?' வந்திருந்தவர் – சுவாமிநாத மாமா கேட்டார்.

'என்னடா செய்யச் சொல்கிறாய் என்னை?' அப்பா கேட்டார்.

'என்ன செய்யவா, எழுதிக் கேட்பாயா அவளுக்கு நியாயமா ஒரு ஏற்பாடு செய்யுங்கள் என்று, அதை விட்டுவிட்டு... எதுக்குடா விடணும் வருவதை?'

அப்பாவுக்கு என்னமோ அப்படிக் கோபம் வந்துவிட்டது. 'சாமிநாதா, நீயா இந்த யோசனையை எனக்குச் சொல்ல வருகிறாய்?' கோபச் சிரிப்பு சிரித்தார். 'நீ ரொம்ப நாகரிகத்தில் முன்னேறியவன். ரிடயராகி பட்டணத்திலே வீடு வாங்கிக் கொண்டு இருக்கிறாயோ இல்லையோ, அதுதான் இப்படிப் பேசுகிறாய்?'

'நான் சொல்வதில் என்னடா தப்பு?'

'சரி, போதும் நிறுத்து. உன் யோசனையை உனக்கே வைத்துக் கொள். மதுரையும் பட்டணக்கரை என்றாலும் உங்க சென்ன பட்டணம் மாதிரி அவ்வளவு நாகரிகம் முற்றவில்லை' என்று சொல்லி மறுபடியும் சிரித்தார். 'என் பெண்ணுக்கு இரண்டு வேளைச் சோறுபோட எனக்கு விதியில்லாமல் போகிறபோது நான் அவர்களுக்கு எழுதிக் கேட்கிறேன், உன் யோசனையை ஞாபகத்தில் வைத்துக்கொண்டு. சரிதானே? அடே, புலி பசித்தாலும் ...'

'விஸ்வநாதா' என்று அப்பா சிநேகிதர் இழுத்து ஆரம்பித் தார். 'எனக்கும் இந்த வசனம் எல்லாம் ...'

கத்திரிக்கோல் மாதிரி அப்பா குரல் அவர் வாக்கியத்தை நறுக்கி வெளியே வந்தது. 'நமக்கும் பேசுவதற்கு வேறு எத்தனையோ விஷயம் இருக்குடா சாமிநாதா; பேசுவோம்...'

அவ்வளவுதான்; அதற்குப் பிறகு இத்தனை வருஷமாக யாரும் அந்தப் பேச்சை வீட்டிலே மூச்சுவிடவில்லை. அப்பா செத்து வருஷாப்தீகம் ஆன பிறகு இந்த அண்ணா ஒருநாள் வாயைக் கூட்டிக் குதப்பிக்கொண்டு ஆரம்பித்தான். அவனாகத்தான் ஆரம்பித்தான். அவளும் அப்படித்தான் நினைத்திருந்தாள். மன்னியும் கூடத்தான் இருந்தாள். ஒரு வார்த்தை அன்றைக்குப் பேசினாளா? இல்லவே இல்லை. இப்போது தான் தெரிகிறது. அண்ணா தனக்கு ஏற்பட்ட சள்ளையில் வாயை மறந்து சொன்ன பிறகுதான் இதெல்லாம் தெரிகிறது. இப்போது அதனாலே என்ன? மன்னி சொல்லி அண்ணா இறங்கினால் என்ன, இல்லை, அண்ணாவே செய்து இருக்கிறான் என்றால்தான் என்ன? சாமிநாத மாமா மாதிரி மன்னியும் சொல்லி இருப்பாள். மாமா பேச்சு அப்பா காதில் ஏறவில்லை, மன்னி பேச்சு அண்ணா காதில் ஏறிவிட்டது.

இதெல்லாம் இருக்கட்டும். யாரும் கெட்ட நோக்கம் ஒன்றை வைத்துக்கொண்டு எதுவும் சொல்லமாட்டார்கள். அண்ணா சொன்னதற்குத்தான் உடனே பதில் சொன்னாளா? இல்லையே. முதல் தடவை அவள் எதுவும் பேசாமல், அண்ணா சொல்வது முழுவதையும் கேட்டுக்கொண்டு இருந்துவிட்டாள். ராத்திரியெல்லாம் யோசனை செய்தாள். அப்பா வாழ்ந்த வாழ்வு என்ன, தன் கல்யாணம் நடந்த விமரிசை என்ன? இப்போது, அப்பா புலி, அண்ணா பூனையாகி விட்டானா? வாயைத் திறந்து அவர்களிடம் கேட்டுப் பார்ப்போம் என்றானே.

அப்புறம் இரண்டு மூன்று தரம் அண்ணா வற்புறுத்திக் கேட்ட பிறகுதான் அவள் ஒரே வாக்கியத்தில் பதில் கூறி விட்டாள். 'உனக்கு தோன்றினால் கேட்டுத்தான் பாரேன். என்ன மோசமாகப் போகிறது.'

'இதிலே மோசமாகப் போகிறது எதுவும் இல்லை, சாவித்திரி. அந்த மனுஷர் தங்கமான மனுஷர். நாம் கேட்பதற்கு முந்தி அவர் கொடுக்க வந்துவிடுவார், பாரேன்' என்றான் வெங்கடேஸ்வரன். 'அவர்கள் வீட்டுப்பிள்ளை போனதினாலே நீ அவர்கள் வீட்டு நாட்டுப்பெண் என்கிறது போய்விடாதே!'

அப்போதுதான் மன்னி முதலாவதாகக் கலந்துகொண்டாள். 'நாமாகக் கேட்காதபோது அவருக்கு எப்படித் தோன்றும்? நம் மனதில் இருப்பது ஜோஸ்யம் தெரியுமா?'

சாவித்திரிக்கு இதைப்பற்றி அப்போது அதிகம் விவாதிப்பதற்கான மனநிலை இல்லை. 'அண்ணா, உனக்கு சரி என்று

படுவதைச் செய்யேன்' என்றாள். 'நீ என்ன, தப்பாக எனக்கு ஏதாவது செய்வாயா?'

அண்ணா கடிதம் எழுதிக் கேட்டான். அதற்குப் பதில் வரும் வரும் என்று எதிர்பார்த்தான். வரவேயில்லை. மாதம் ஒன்று ஆச்சு. அப்புறம்தான் ஒருநாள் விளக்கு வைக்கிற சமயம், அந்த காரியஸ்தர் சுந்தர மாமா வந்தார். கூடத்தில் இருந்த அண்ணா அந்த பவர் – லைட் வெளிச்சத்திலே அவரைப் பார்த்தவுடனே அடையாளம் புரிந்துகொள்ள வில்லை. குரலையும் அறிந்துகொள்ளவில்லை. பார்த்து நாலைந்து வருஷமாச்சா? ஆனால் அடுக்குள்ளில் இருந்த அவளுக்கு அந்தக் குரல் 'வெங்கடேஸ்வரா' என்று கூப்பிடும் போதே புரிந்துவிட்டது. அவள் புக்ககத்தில் இருந்த அந்த ஆறுமாத காலத்தில் அடுக்குள் வரைக்கும் சிலசமயம் உள்ளே யும் வந்து 'அம்மா சாவித்திரி, சால்பானை தீர்த்தம் கொடும்மா, உன் கையாலே' என்று பட்டுப்படைக்கிற வெயிலில் நடவுக் கும்அறுப்புக்கும் போய்விட்டு 'ஸ்வப்பாடா' என்ற குரலல்லவா அது!

'மன்னி!' என்று பரபரப்புடன் கூப்பிட்டுச் சொன்னாள். 'சுந்தர மாமா குரல் மாதிரி இருக்கு.'

'எந்த சுந்தர மாமா?' ஏதோ சம்பந்தி வீட்டுக்கு இரண்டு மூன்று தரம் போய்விட்டு, போனேன் வந்தேன் என்று வந்தவர்களுக்குத் திடுதிப்பென்று எப்படி ஞாபகம் வரும்?

'நான்தான் சுந்தரம். சிறுகுளத்திலிருந்து வருகிறேன்' என்று கணீரென்று அவர் சுபாவப்படி பேசவும்தான் அண்ணாவும் புரிந்துகொண்டு அவரை வரவேற்றான். அவர் பேச்சு எப்போ தும்போல கலகலப்பாக இருந்தது. ஆனால் அண்ணாதான் கொஞ்சம் பிகுவாக ஆரம்பத்திலிருந்தே நடந்துகொண்டான். வேண்டுமென்று பிகுவாக நடந்துகொண்டான் என்றுகூடச் சொல்ல முடியாது. அவனுக்கு அவர்கிட்ட பேச வேண்டிய விஷயத்தைப் பற்றிய ஞாபகம் சட்டென வந்திருக்கும். அதனாலே இருக்கும் என்று அவள் நினைத்தாள்.

அவர், 'குழந்தை சாவித்திரி சௌக்யமாக இருக்கிறாளா என்று பிரியமாக விசாரித்துக் கேட்டபோது அவளுக்கு மனது படபடத்தது. குழந்தை, குழந்தை என்று அவர் அவளை நிஜமாகவே தான் குழந்தையாகிவிட்ட மாதிரி நினைக்கும் படியாக, அவள். உப்பு, புளி ஏறப் போட்ட சமயலைக்கூட – சிலாகித்துச் சொன்னதும் தொட்டி முற்றத்து ஈரத்தில் நடந்தால் 'நடக்காதே அம்மா ஈரத்திலே' என்றதும் கிணற்றில் தண்ணீர் இறைத்தால் 'நான் இறைக்கிறேன், அம்மா குழந்தை

உள்ளே போ. கால் சுடும், வெயிலில்' என்று வலுக்கட்டாய மாக கயிற்றைத் தன் கையில் எடுத்துக்கொண்டு விடுவதும் 'எடுத்துக்கட்டிக்கு நேரே படுத்துக்கொள்ளாதேம்மா, பனி விழும், உடம்புக்கு ஆகாது' என்று கூடத்துப் பக்கம் வந்தபோது சொல்வதும், இதெல்லாம் – அவளுக்குச் சுந்தர மாமா பற்றின ஞாபகங்கள் – ஒருமித்து வந்து மனதிலே மோதின.

தன்னையும் மீறி எழுந்து கூடத்துப் பக்கம் ஒரு எட்டு வைத்துவிட்டாள். அடுத்த விநாடி காலைப் பின்னுக்கு இழுத்துக்கொண்டாள். அந்த பதிமூன்றாம் நாள் கிரேக்கியத் தன்று தன் புக்ககத்து மனிதர்களைப் பார்த்ததுதான். ஆணையும் சரி, பெண்ணையும் சரி. ஏன், இந்த ஐந்து வருஷ காலத்திலும் கூட அவள் வாசல் ரேழிக்கு வந்ததில்லை.

அவள் மன்னியே அடுக்குள்ளிலிருந்து தலையை நீட்டிப் பார்த்துவிட்டு இழுத்துக் கொண்டுவிட்டாளே. அவள் போகத் துணிவாளா என்ன? அண்ணாவும் சுந்தர மாமாவும் பேசின தெல்லாம் அவள் காதிலே தெளிவாக விழுந்தது. தன் காதிலே நேராக விழட்டும் என்பதற்காகச் சுந்தர மாமா அப்படி ஓங்கிப் பேசினாரோ? ஒன்று விடாமல் கேட்டாள்.

'உன் ரிஜிஸ்டர் காகிதம் வந்தது' என்று ஆரம்பித்தார் சுந்தர மாமா. 'அண்ணா அனுப்பித்தான் நான் வந்திருக்கேன்.'

'ஒரு மாதத்துக்கு மேலே ஆச்சு. ஏன், இரண்டு மாதம் முடியப்போகிறது. ஒரு பதிலையும் காணமே என்று பார்த்துக் கொண்டிருந்தேன்,' என்றான் அண்ணா.

'நடவு கெடுபிடி தீரட்டும். ஒரு நடை போய்விட்டு வந்து விடுடா, சுந்தரம் என்றுதான் அண்ணா சொல்லி இருந்தார்.'

'சரி, போகிறது. இப்போ வந்தாச்சு. விஷயத்தைப் பேசு வோம்' என்றான் அண்ணா.

சுந்தர மாமா கொஞ்சம் மௌனமாக இருந்தார். பிறகுதான் ஆரம்பித்தார். 'என்னவோ வெங்கடேஸ்வரா, உன் ரிஜிஸ்டர் கடுதாசியைப் பார்த்ததும் அண்ணாவுக்கு ரொம்ப ஆச்சர்ய மாகப் போயிடுத்து. நம்ப விஸ்வநாதன் பிள்ளையா இப்படி எழுதி இருக்கான்! அப்படின்னு திகைச்சுப்போயிட்டார். அவன் அப்பா இருக்கிற போதே ஒரு வார்த்தை சொல்லி இருந்தாலும் போதுமே. ஏதோ குழந்தை எங்களிடம் இருந்து வாழத்தான் கொடுத்து வைக்கவில்லை. நாங்களும் அதற்கு பாக்யம் பண்ணவில்லை. அது ஆயுசோடு இருக்கிற மட்டும் பசியாமல் சாப்பிடுவதற்குக் கூடவா நான் வழி பண்ண மாட்டேன்? வாயைத் திறந்து ஒரு வார்த்தை கேட்டிருந்தால், என்றுதான் அங்கலாய்த்துக்கொண்டார்.'

சி.சு. செல்லப்பா ☙ 29

‘என்னவோ, அப்பாவாலே அப்படி முடிந்தது. என்னாலே முடியவில்லை என்றுதான் வைத்துக்கொள்ளுங்களேன். இப்போது என்ன சொல்கிறீர்கள்?’ அண்ணா சற்றுக் கறாராகவே கேட்டான். அண்ணாவுக்கு எதையும் நாசூக்காகப் பேசிப் பழக்கமில்லை.

‘இதுதான் அப்பா, சொல்லிவிட்டு வரச்சொன்னார். அரைமா நிலம் அனுபவ பாத்யதையாக எழுதி வைக்கிறேன் என்றார். நிச்சயமாக இருபது கலம் விளைந்து விடும்.’

‘அனுபவ பாத்யதையாகத்தானா? அப்புறம்?’

‘அப்புறம், அந்தப் பையன் கணபதிக்குச் சேரும். அது தானே அப்பா முறை.’

‘இதைத்தான் சொல்ல வந்தீர்களா?’ அண்ணா வெடுக் கென்று கேட்டுவிட்டான். ‘இல்லை, மாற்று யோசனை ஏதாவது உண்டா?’

சுந்தர மாமா அண்ணாவின் தொனியைக் கண்டு கொஞ்சம் தயங்கினார். பிறகு: ‘அதுவும் இருக்கு, நிலம் சரியாக விளை யுமோ விளையாதோ என்று தோன்றலாம். அதில் சந்தேகம் இருந்தால் மாதம் எட்டு ரூபாய் அவள் ஆயுசுக்கும் கொடுப்ப தாகச் சொன்னார்.’

‘எட்டு ரூபாயா!’ அண்ணா இளப்பமாகச் சிரித்து விட்டான். ‘இதைச் சொல்வதற்குப் பெரியவர்கள் இவ்வளவு சிரமப்பட்டு வந்திருக்க வேண்டாம் சுந்தரமய்யர். வார்த்தை பேசினால் வார்த்தைதான் வளரும். நாம் நேரிலே பேசித் தீர்த்துக்கொள்ள முடியாது என்று எனக்குப் படுகிறது’ என்று அழுத்திச் சொன்னான்.

‘என்ன?’ சுந்தர மாமா திகைத்துப் போய்க் கேட்டார். ‘என்ன சொல்கிறாய்?’

‘இது சகஜமாகப் பேசி முடியக்கூடிய காரியமாகப் படவில்லை.’

‘அப்போ?’ சுந்தர மாமா இழுத்தார். அண்ணாவின் முகத்தை எப்படிப் பார்த்தாரோ? சாவித்திரிக்குத் தெரியாது. உள்ளிருந்து தானே கேட்டாள். ஆனால் குரலிலிருந்து அவரது கலவரத்தை உணர்ந்தாள்.

‘தெளிவாகச் சொல்லி விடுகிறேன்,’ என்றான் அண்ணா. ‘கோர்ட்டுக்கு போய்த்தான் தீரணும் என்று இருந்தால் அப்படியே நடக்கட்டுமே.’

'வெங்கடேஸ்வரா!' சுந்தர மாமா பேச்சுத் தடுமாறியே வந்தது. 'இளம் பிள்ளையாக இப்படிப் பேசப்படாதுப்பா, நான் சொல்லிவிட்டேன். உன் மனதில் இருப்பதைத்தான் சொல்லேன்.'

அண்ணா அதை திட்டமாகச் சொல்லி இருக்கலாம். ஆனால் அதற்கு அவனுக்குப் பொறுமை இல்லை. பின்னாலேதான் அவன் உத்தேசம் அவளுக்கே தெரிந்தது. ஏன், அப்போதைக்கு அவனே என்ன சொல்வது என்றுகூடத் திட்டமாக நினைத்து வைத்துக்கொள்ளவில்லை. அவன் பதட்டத்தில் பளிச்சென பதில் சொல்லிவிட்டான். 'வக்கீல் நோட்டீஸ் வரும். அதிலே பார்த்துக்கொள்ளுங்கள்.'

சுந்தர மாமா பதறிப்போனார். 'இப்படி முறித்துப் பேசி விட்டாயே அப்பா. மிராசுதார் ராமசாமி அய்யரும் தாசில் தார் விஸ்வநாதய்யர் பிள்ளையுமா கோர்ட்டுக்குப் போகிறது!' ஒரு பெருமூச்சு விட்டுத் தயங்கினார். 'சரி, நான் வரேன் அப்பா, ஒரு தடவைக்கு இரண்டு தடவையாக எதையும் யோசித்துவிட்டுச் செய். அதற்கு மேலே நான் என்ன சொல்ல?' சொல்லிக்கொண்டே எழுந்துவிட்டார்.

அண்ணா பதில் சொல்லவில்லை. அதற்குள் அவரே தொடர்ந் தார். 'அண்ணா இன்னொரு விஷயத்தையும் சொல்லிவிட்டு வரச்சொன்னார். ஆனால் . . .' என்று கொஞ்சம் தயங்கினார். 'இவ்வளவுக்கு அப்புறம் அதைப் பிரஸ்தாபிப்பதில் அர்த்தமே யில்லை. இருந்தாலும் சொல்லிவிடுகிறேன். இந்த யோசனை களைச் சொல்வதற்கு முன்னாடியே சொல்லி இருக்கணும். ஏற்கெனவே உங்க அப்பாவிடம் சொன்னதுதான். குழந்தை சாவித்திரி அங்கேயே வந்து இருக்கட்டும் என்று சொல்லு என்று சொன்னார்.' இதைச் சொல்லிவிட்டு அண்ணா முகத்தை அவர் பார்த்தாரா இல்லையா, அவளுக்குத் தெரியாது.

அண்ணாவின் பரிகாசச் சிரிப்புதான் கேட்டது, 'ரொம்ப நல்ல யோசனைதான்! ஒரு தடவைக்கு ரெண்டு தடவை யோசித்துப் பதில் சொல்கிறேன். சாவித்திரி பிறந்த வீடு இது!'

அண்ணாவின் குரலில்தொனித்த வித்தியாசத்தைச் சுந்தர மாமா புரிந்து கொள்ளாமல் இல்லை என்பதை அவரது பதில் காட்டியது, 'தெரிந்துதான் நானும் சொல்கிறேன். கிருஷ்ண மூர்த்தியோடு உறவு போய்விடாது. என்னவோ, சொல்லிவிட் டேன். வக்கீல் கையிலே கையெழுத்துப் போட்டுக் கொடுத்து விடுவது அவ்வளவு பெரிய காரியம் இல்லை. சரி, நான் வரேன்' என்று புறப்பட்டு விட்டார்.

'சரி, போய்விட்டு வாங்கோ', என்று முறையாகச் சொல்லி அனுப்பினானே தவிர அதற்குப் பதில் எதுவும் சொல்லவில்லை

அண்ணா. இந்த மட்டுக்கு அண்ணா விவகாரத்தில் ஓங்கிப் பேசினாலும் வார்த்தை அதிகம் விடாமல் பொறுத்துப் பேசினானே என்று சாவித்திரிக்குத் திருப்தியாக இருந்தது.

சுந்தர மாமாவை வாசல்வரை சென்று அனுப்பிவிட்டு சமயலறைப்பக்கம் வந்தான் வெங்கடேஸ்வரன். மன்னியோ தானோ ஏதாவது பேச்சை ஆரம்பிப்போம் என்று எதிர் பார்த்தவன் மாதிரி தங்கள் முகத்தைப் பார்த்தான். தாங்கள் பேசாமல் இருக்கவே 'கேட்டீர்களா அந்த காரியஸ்தர் சொன்னதையெல்லாம்,' என்று கேட்டான்.

'விழுந்தது காதிலே,' என்றாள் மன்னி.

'சாவித்திரி நீ?'

'கேட்டுக்கொண்டுதான் இருந்தேன், அண்ணா' என்றாள் சாவித்திரி.

'நான் பதில் சொன்னது சரிதானே?'

சாவித்திரி பேசாமல் இருக்கவே அண்ணா தூண்டினான். 'ஏன் தப்பாக ஏதாவது சொல்லி விட்டேனா? சொல்லேன்.'

'அதெல்லாம் இல்லை, அண்ணா' இழுத்துச் சொன்னாள் சாவித்திரி. அண்ணாவுக்கு மனதில் உறுத்தாதபடி ஏதாவது பதில் சொல்லிவிட்டால் தேவலை என்றுதான் அவள் நினைத்தாள். அந்த சமயத்தில் அவளுக்கு இந்த விவகாரத்தில் எப்படித் தன்னிச்சையாக முடிவுக்கு வருவதென்று புரியாமல் தவித்தாள். அண்ணா இழுத்தகோட்டில் போனால் போகிறது. தனக்கு எதற்குத் தனி யோசனை, தனக்கு என்று எதுவும் – இந்த உலகத்தில் தனியாக ஆசைப்பட என்னதான் இருக்கிறது என்றே தோன்றவில்லை. இதுவரைக்கும் தான் மற்றவர்கள் இழுத்தபடிதானே வந்திருக்கிறாள். அம்மா அவளை அப்பா கையில் ஒப்படைத்தாள். அப்பா கல்யாணம் பண்ணி அவர்கள் கையில் ஒப்படைத்தாள். விதி அவளை திரும்ப அப்பா கையிலேயே கொடுத்துவிட்டது. அப்பா அண்ணா கையில் வைத்து விட்டுப் போய்விட்டார். இந்த அண்ணாவுக்கு அப்புறம் – சரி, எப்போதோ நடக்கப்போவதை இப்போதே நினைத்துக் குழம்பிக்கொள்வானேன். அண்ணாவின் நிழல்பட்ட முகத்தை சுவரொட்டியின் மங்கலான வெளிச்சத்தில் உற்றுப் பார்த்துக் கொண்டே நின்றாள்.

'நாளைக்கு வக்கீலைப் பார்க்கவேண்டியதுதான்' என்றான் வெங்கடேஸ்வரன். 'நீ கையெழுத்துப் போட்டுக் கொடுத்துவிடு.'

சுந்தர மாமாவிடம் அண்ணா சொன்னது வெறும் அரட்டல் வார்த்தைகள் அல்ல, சொன்னதைச் செய்யப்போகி

றான் என்பதைக் கண்டதும் சாவித்திரிக்கு மனதில் ஏற்பட்ட உளைச்சல் வேறுவிதமாக இருந்தது. சொன்னபடியே செய்தும் விட்டான். இதெல்லாம் நினைத்து முடிகிறதற்கும் அவள் கடைசிப் பாத்திரத்தை அலம்பி வைப்பதற்கும் சரியாக இருந்தது.

3

காட்டுவெள்ளம் திடீர்திடீரென்று வருவது மட்டும் இல்லாமல் வந்த வேகத்திலேயேகூட வற்றியும் விடும் என்பதோடு கக்கலும் கரசலுமாகச் செந்தண்ணீராக வந்து தெளியாமல் ஆற்றை ஒரே சகதியாக அடித்துவிட்டும் போய்விடும். பிறகு ஒரு மலை ஜலம் வந்துதான் ஆறு ஆறாக வேண்டும். இந்த, நினைப்புக்கு, காட்டு வெள்ளமாக வந்து எதெதையோ மனதில் கொண்டுவந்து கொட்டி ஒரே குழப்பமாக அடித்துவிட்டுப் போகிற குணம் உண்டு. மலை ஜலமாகப் பின்னாடி வந்து தெளி வாக்கிவிட்டுப் போகிற குணமும் உண்டு. அன்று மீதிப் பகல் பூராவும் சாவித்திரிக்குக் காட்டுவெள்ள மனசாகத்தான் இருந்தது. இரவு படுக்கையில் படுத்ததும் தன் கண்ணீரைக் கொஞ்சம் வழிய விட்டபிறகு. சாவித்திரி தன் மூன்றே முக்கால் நாழி புக்கக வாழ்வைப்பற்றிப் பின் நோக்கிச் சென்று பார்க்கலானாள்.

பன்னிரண்டு வயதில் நடந்ததெல்லாம் அவ ளுக்கு ஒரு விளையாட்டாகத்தான் அன்றும் இருந் தது, இன்றும் அதே மாதிரிதான் தோன்றியது. அதையொட்டி வந்த ஆடி, ஆறா மாதம் தீபாவளி எல்லாமே அந்த ரகத்தில் சேர்ந்தவைதான். மணை யில் உட்கார்ந்து கிருஷ்ணமூர்த்தி முகத்தை அவள் ஒரு தடவைகூட ஏறிட்டுப் பார்த்தது இல்லை. கள்ளத்தனமாகவும் பார்த்தது இல்லை. அவளுக்கு அவ்வளவு கூச்சம் மணையில் உட்கார்ந்து இருக்கும் போது. அப்புறம் அம்மா செத்துப் போனபோது

தான் – அப்போது அவளுக்கு வயது பதினைந்து ஆச்சு – விபரம் தெரிந்தவளாக, துக்கம் என்பது என்ன என்று அம்மாவின் சாவில்தான் தெரிந்துகொண்டாள்.

அம்மா போன பிறகு கொஞ்ச நாளைக்கு வீடு வெறிச்சென்று இருந்தது. அப்புறம் எல்லாம் சகஜமாகிவிட்டது. அம்மாவைப் பற்றி அவ்வப்போது நினைப்பதோடு ஒரு வருஷம் ஆகிவிட்டது. அம்மா இல்லாத குறையை மன்னி சின்னவளாக இருந்தாலும் இட்டு நிரப்பிக்கொண்டுதான் இருந்தாள். இன்னும் அப்பா, அண்ணா, இவர்கள் எல்லாம் இருந்தார்கள்.

எப்போது அம்மாவுக்கு வருஷம் முடியும் என்று காத்துக் கொண்டிருந்த மாதிரி சோபன முகூர்த்தத்திற்கு நாள் வைத்து அவர்களிடமிருந்து கடுதாசி வந்துவிட்டது. இயற்கைதானே. எந்தக் காரியம் உலகத்தில் ஒன்றினால் மற்றொன்று நிற்கிறது! சாவித்திரி புருஷன் வீட்டுக்குப் போக வேண்டியவள்தானே, இனி வயதாச்சு என்று அப்பா சொல்லி சம்மதித்து, எழுதி அதுவும் நடந்தது. அவள் அப்போதுதான் முதல், முதல் வலது காலை முதலில் வைத்துப் புக்ககத்துப் படியேறினாள்.

'வலது காலை முதலில் வை அம்மா' என்று வாத்தியாரும் அதற்குமேலே சுந்தர மாமாவும் கத்தி ஆர்ப்பாட்டப்படுத்தினதை நினைக்கிறபோது அவளுக்கு இந்த நிலைமையில்கூடச் சிரிப்பு வந்தது. அவர்கள் படுத்தின அவசரத்திலே அவளுக்கு அந்த சமயத்துக்கு வலது கால் எது என்றுகூட சந்தேகம் வந்து விட்டது – எப்படியோ தடுமாறி வலது காலைத்தான் முதலில் வைத்தாள்.

குபீரென்று இப்போது பொங்கி வந்தது. ஆறு மாதத்தில் கொலுசும் காப்பும் இல்லாத காலோடு அந்த வீட்டைவிட்டு இறங்கி வருவதற்கு எந்தக் காலை வைத்திருந்தால்தான் என்ன? காலில் என்ன இருக்கு, தலையில் எழுதிவைத்திருக்கிற போது!

கிருஷ்ணமூர்த்தி முகத்தை தான் நிமிர்ந்து சோபன அறைக் குள்ளே பார்த்ததுதான் முதல்முதலாக. கட்டுக்குடுமியும் வைரக் கடுக்கனும். அவள் அப்பா போட்டதுதான். பட்டுக் கரை வேஷ்டியும் தங்க அரைஞாணுமாக எப்படி இருந்தார் அவர்! இப்பவும் அவள்முன் அப்படி வந்து நிற்கிற மாதிரி பிரமை தட்டியது அவளுக்கு. தனக்கு மேலே அவருக்கு சங்கோசம், பேசுவதற்கு. இப்போது இத்தனை வருஷங்கள் கழித்து அண்ணாவும் மன்னியும் இப்படிப் பேசிக்கொள்கிறார்கள். அன்றைக்குத் தங்கள் மாதிரிதானே அவர்களும் இருந்திருப்பார்கள்! இவர்கள் மாதிரி இப்படி கூடத்தில் நின்று வாசலுக்குக் காது

கேட்க, தானும் அவரும் பேசுவதற்கு இத்தனை வருஷம் ஆகி இருக்க வேண்டாமா? ஹூம்! என்ன அசட்டு நினைப்பு! முந்நூற்று அறுபத்தைந்து நாள் கூட வாழாதவளுக்கு இத்தனை வருஷமா கிடைக்கும்? அடுக்குள்ளுக்கு உள்ளேகூட தான் தனியாக இருக்கிறபோது வந்து, 'சாவித்திரி' என்று பேர் சொல்லிக் கூப்பிட்டுச் சொல்லாது போனாலும், 'ஜலம் ஒரு டம்ளர் கொடு' என்று வாயைத் திறந்து கேட்டதில்லையே. அம்மாவை சாக்கிட்டு அடுக்குள்ளுக்கு வருவதோடு சரி – சாப்பிடுகிற நேரம் அப்பாவோடும் அம்பியோடும் சாப்பிடு வதைத் தவிர. இலையைவிட்டு நிமிர்ந்து, 'போடு, வேண்டாம்' என்றுகூடச் சொன்னதில்லையே.

அம்மாதான் 'கிட்டு, சாவித்திரி கறியை வைத்துக்கொண்டு நிற்கிறாள்டா, போடு, வேண்டாம் என்று சொல்லேன். நானே எத்தனை நாள்டா உன் வயிற்றைப் பார்த்துக் கேட்டுப் போட்டுக் கொண்டிருக்க முடியும்? சாவித்திரி, நீ பேசாமல் இருந்துவிடு, வேணுமானால் கேட்டுச் சாப்பிடட்டும். இல்லா விட்டால் அரைவயிற்றுக்குச் சாப்பிட்டுவிட்டுப் போகட்டும். அம்மா பிள்ளையை நன்றாக வளர்த்திருக்கிறாள் என்று வந்த பெண் நினைத்துச் சிரிக்கப்போகிறாள்டா! உத்தியோகஸ்தர் வீட்டுப் பெண்ணுடா. அவர்களுக்குத் தக்க மாப்பிள்ளையாக நீ இருக்கவேண்டாமோ', இப்படி எல்லாம் எத்தனை கேலி யாகச் சொல்வாள்! இவ்வளவுக்கும் அம்மாவுக்கு வயதாச்சு. இந்த மாதிரி கேலி பேசுகிற வயதெல்லாம் தாண்டி இருக்கும்.

அம்மாவுக்கே அவர் ரொம்பநாள் கழித்துப் பிறந்தவர்தான். அதற்கப்புறம் ரொம்ப தள்ளி கணபதி பிறந்திருக்கிறான். தான் புக்ககத்துக்குப் போகிறபோது கணபதிக்கு ஐந்து வயது. அந்த ஆறு மாதத்தில் அவன் மன்னி மன்னி என்று எப்படி ஒட்டிக் கொண்டுவிட்டான். அவளுக்கும் கணபதி, கணபதி என்று நொடிக்கு நூறு தடவை கூப்பிடுவதிலேயே பொழுது எப்படிப் போனது. குழந்தைகள் விளையாடுவதற்கு ஒரு பொம்மை வைத்துக்கொள்கிற மாதிரி தனக்குக் கணபதி ஒரு விளையாட்டு பொம்மையாக இருந்தான். இல்லாவிட்டால் அவளுக்கு எப்படி பொழுது போகும்.

அம்மா தன்னை ஒரு பெரிய காரியம் செய்யவிடமாட் டார். 'சாவித்திரி, இதைச் செய்யேம்மா', என்று சொன்ன வா யோடு, 'சரி, நானே செய்துவிடுகிறேன்' என்று பின்னாலேயே வந்துவிடுவார். 'எதாவது, நான் செய்கிறேனே அம்மா', என் றால், 'தானே எல்லாம் நீ நிறைய செய்ய வராமலா இருக்கப் போகிறது. இந்தக் கையில் தெம்பு இருக்கிற வரைக்கும் நான் செய்து விடுகிறேன்,' என்பார். ஏன், இங்கேதான் மன்னி

வந்து ஐந்து வருஷம் அம்மா இருந்தாளே, அந்த அம்மாவும் மன்னி கேட்கிறபோது ஆரம்பத்தில் இதே மாதிரிதானே சொன்னாள். போகப்போக மன்னிக்குக் காரியம் வளரவில் லையா? அந்தமாதிரி தனக்கும் வளர்ந்திருக்கும். போட்ட கோலம் அழிகிறதற்குள்ளேதான் தானே அழிந்தாச்சே.

தாசில்தார் வீட்டுப்பெண், சொகுசாக வளர்ந்திருக்கும் என்று அம்மா தானே முடிவு செய்துகொண்டு நடந்துகொண் டால் தான் என்ன பண்ணுவது? ஆனாலும் எப்படியோ ஒரு நாள் மன்றாடி அம்மாகிட்டேயிருந்து ராத்திரிச் சமயலை வாங்கிக்கொள்வதற்குள் என்ன பாடு படவேண்டி இருந்தது, ஹும்! ராத்திரி சமயல் என்றால் என்ன, கொழம்பு, ரசம், கறி பச்சடியோடே வக்கணையாகவா? ஒரு ஜீரகம் – மிளகு ரசம் வைத்து, பருப்புத் துவையல் அரைத்தாள். ஒரு கால்படி வெங்கலப்பானையை வைத்துச் சாதம் வடித்தாள். இதுதான் அவள் முதலில் செய்த பெரிய சமயல் புக்ககத்தில்!

சாவித்திரிக்கு குபுக்கென சிரிப்பு வந்தது. படுக்கையில் சிணுங்கி அடக்கிக் கொண்டாள். மன்னி கூடத்தில் சற்றுத் தள்ளி சன்னக் குறட்டை விட்டுக் கொண்டிருந்தாள், கைக் குழந்தையைப் பக்கத்தில் விட்டுக்கொண்டு. சாவித்திரி மன நினைப்பு கவர்விட்டு ஓடியது.

அந்தச் சமயலை அப்பா கண்டுகொண்டு விட்டதுதான் ஆச்சர்யம். ஆனால் இதில் ஆச்சர்யப்படுவதற்கும் எதுவும் இல்லை. இத்தனை வருஷமாக ஒருகைச் சமயலாகவே சாப் பிட்டு வந்த நாக்குக்குப் பளிச்சென தெரியாமலா போய்விடும். ஏன், தெரியாமலும் போகும். அப்பா பக்கத்தில் உட்கார்ந்து சாப்பிட்ட அவருக்கு! தெரிந்ததாகவே காட்டிக்கொள்ள வில்லையே. அப்பாதானே கேட்டார். ‘இன்றைக்குச் சாவித்திரி சமயலா?’ அவளுக்குத் தூக்கிவாரிப் போட்டது என்ன தப்பு செய்துவிட்டோமோ என்று.

அப்பா வாயைத் திறந்து கேட்டது அதுதான் முதல் தடவை போலிருக்கு. இல்லாது போனால் அம்மாவுக்கு அந்தத் திகைப்பு ஏற்பட்டிருக்குமா?

‘இதென்ன அதிசயமாக இருக்கு இன்றைக்கு’ என்று நினைத்த மாதிரி, கன்னத்தில் கை வைத்துக்கொண்டு அப்பா சாப்பிட்டுக் கொண்டிருந்த இடத்திற்கு நேர் எதிர் சுவரில் சாய்ந்துகொண்டு, தான் பரிமாறிக்கொண்டிருப்பதைக் கங்காணம் செய்துகொண் டிருந்த அம்மா கேட்டாள், ‘என்ன இப்படிக் கேட்டீர்கள், தினம் யார் சமைக்கிறது என்று பார்த்துக்கொண்டிருக்கிற மாதிரி?’

‘அதெல்லாம் நான் பார்க்கிறேனா என்ன? சாப்பிடுகிற போது ஒரு தரம் இந்த உள்ளுக்கு வரேன்,’ என்றார் அப்பா. ‘பின்னே, எதைக்கொண்டு அப்படிக் கேட்டீர்கள்?’ ‘என்னவோ கேட்டேன். உண்டு, இல்லை என்று பதில் சொல்லேன், நீதான்.’

‘சரி, நான்தான் சமைத்தேன், தினம் சமைக்கிறவள். எப்படி இருக்கு, நன்றாக இல்லையா?

அப்பா உடனே பதில் சொல்லவில்லை. அம்மா மறு படியும் தூண்டினாள், அவள் பக்கம் பார்த்துக் கண்ணைச் சிமிட்டிக்கொண்டு. ‘பாரு சாவித்திரி, நான்தான் என்று சொன்னவுடனே வாய் கப்பென்று இறுகிப் போய்விட்டது உங்க அப்பாவுக்கு.’ கணபதி அப்பாவுக்கு இடது பக்கத்தில் உட்கார்ந்துகொண்டிருந்தான். அவன் அஸ்தமித்தவுடனே சாப்பிட்டாகிவிட்டது. திடுதிப்பென்று ஆரம்பித்தான் ‘இல்லை அப்பா, அம்மா பொய் சொல்கிறா!’

‘என்னடா பிரமாதப் பொய்யைக் கண்டுவிட்டாய், எல்லாம் பார்த்தவன் மாதிரி?’ அம்மா பாவனையாக அதட்டினார்.

‘ஹுூம், எனக்குத் தெரியும். மன்னிதான் சமைத்தாள்,’ என்று கையைத் தட்டிக்கொண்டே கத்தினான் கணபதி உற்சாகத் துடன். ‘எனக்குக் கணக்குப் போட்டுண்டே சமைத்தாளே!’ அப்போதுதான் கிருஷ்ணமூர்த்தி தலையை உயர்த்திப் பார்த்தான். சாவித்திரிக்குச் சிரிப்பை அடக்க முடியவில்லை. எங்கே கையிலிருந்த ரசப்பாத்திரத்தைக் கீழே போட்டு விடு வோமோ என்று பயம் வந்துவிட்டது. அதைக் கீழே வைத்து விட்டு சமயல் உள்ளை ஒட்டி இருந்த பின் உள்ளுக்குப் போய்விட்டாள்.

‘பாரேன், இந்த வாண்டு தொப்பென்று போட்டு உடைத்து விட்டதே!’ அம்மா சிரித்துச் சொன்னாள். ‘குழந்தைகளை வைத்துக்கொண்டு எதையும் மறைக்கவே கூடாது; தெரிந்து கொள்’ என்று அப்பா சிரித்து அம்மாவுக்குச் சொன்னார். ‘அவன் சொல்லாவிட்டாலும் என் நாக்கு சொல்கிறதே. சாவித்திரி இன்னும் கொஞ்ச ரசம் விடும்மா. துவையலும் போடு. திவ்யமாக இருக்கு இரண்டும்.’

ராத்திரி வேளையில் அப்பா ரசத்தைக் கையில் வாங்கிக் குடித்தது அம்மாவுக்கே ஆச்சர்யம் தாங்கவில்லை. அதற்கப்புறம் எத்தனை தரம் சொல்லிச்சொல்லி ஆச்சர்யப்பட்டாள் அவளிடம்.

'நாட்டுப்பெண் பட்டணத்துப் பெண்ணோ இல்லையோ புதுதினிசாகப் பண்ணக் கற்றுக்கொண்டிருப்பாள். இருக்கும்' என்றாள் அம்மா கேலியாக. 'எனக்கு கர்னாடகச் சமயல் தானே வரும். இந்த வயதுக்கு மேலே நாகரிகமாகச் சமைக்க நான் எங்கே கற்றுக்கொள்கிறது? மாமனார் ஆச்சு. நாட்டுப் பெண் ஆச்சு. என்ன வேணுமோ வகைவகையா புதுதினிசாப் பண்ணிப் போடச் சொல்லி சாப்பிடுங்கோ அப்பாவும் பிள்ளை யும். அவனுக்கும் அம்மா சமயல் அலுத்திருக்கும். சாவித்திரி, நாளையிலே இருந்து மத்தியான சமயலையும் நீயே சமை, உன் மாமனாருக்கும் ஆம்படையானுக்கும்.' 'எனக்கும்தான் அம்மா மன்னி சமயல் பிடிக்கும்' என்று குறுக்கே கத்தினான் கணபதி.

'பாரேன். இந்தச் சுண்டைக்காய்கூட இப்படிப் பேசுகிறது! இதோ, எல்லோரும் அவள் கிட்டவே சொல்லி, வேணும் என்கிறதைப் பண்ணிப் போடச் சொல்லுங்கோ. நானும் கை பிழைத்தது என்று உட்கார்ந்து விடுகிறேன்.'

'நீ சும்மா உட்கார்ந்து விடலாம் என்று பார்க்கிறாயா, மன்னி? உனக்கும் வேலை இருக்கும். பேரன் பேத்திகளை வைத்துக்கொண்டு கொஞ்சிக்கொண்டிருக்க வேண்டாமா?' கூடத்திலிருந்து சமயலறைக்கு வந்துகொண்டிருந்தவரின் குரல் கேட்டது.

'சுந்தரம், கேட்டுக்கொண்டே வந்தாயா? நீ ஒருத்தன்தான் இந்த அமர்க்களத்துக்குப் பாக்கி! வா, சீக்கிரம் சாப்பிட வா; இல்லாவிட்டால் நாட்டுப்பெண் ரசம் உங்க அண்ணா சாப் பிட்டு உனக்கு மிஞ்சாது' என்றாள் அம்மா.

சாவித்திரிக்கு இதெல்லாம் தாங்கவே முடியவில்லை. அப்பா ஆத்திலும் இப்படிக் கேலி பேசி இருக்கிறார்கள். ஆனால் இது மாதிரியா? அவளுக்குப் பரிமாறக்கூட ஓட வில்லை. புகழ்ச்சி அவளை அவ்வளவு பதட்டப்படுத்தி விட்டது. அப்புறம் சுந்தர மாமாவும் சாப்பிட்டுவிட்டு 'பேஷ், பேஷ்,' என்று ரசத்தைக் கையில் வாங்கிக் குடித்தபோது! தன்னை இப்படிப் பைத்தியமாக அடிக்கிறார்களே என்று உணர்ச்சியால் கண்களில் நீர் பெருகிவிட்டது. வாஸ்தவத்தில் அன்று இரவு அம்மாவுக்கு ரசம் பெயரளவுக்குத்தான் மிஞ்சி யது – ரசவண்டல். இப்படி ஒன்றா, இரண்டா, ஒரு நாளா இரண்டு நாளா! சாவித்திரியை அந்த வீட்டிலே இருக்கிற வர்கள் – அப்பா, அம்மா, கணபதி, சுந்தர மாமா – அவளைப் பிய்த்து எடுத்துவிடுவார்கள். இரவில் கிருஷ்ணமூர்த்தியிடம் இதெல்லாம் அவள் சொல்லிச் சொல்லி தனக்கு அதனால் மனசு கஷ்டப்படுகிறமாதிரி மேலுக்குக் காட்டிக் கொள்ளும்

போது அதோடேயே எழும் திருப்தியால் தன் மனசை நிரப்பிக் கொள்வாள். அப்பா அம்மாவுக்கு முன்னாலேதான் கிருஷ்ண மூர்த்தி இந்த மாதிரி கேலியாகப் பேசமாட்டானே தவிர தனியாக இருக்கும்போது அவனும் அவளை ஏதாவது சீண்டிப் பேசுவான்.

நான்கு மாதங்களுக்குள்ளே அவளுக்கு அந்த வீடும் மனிதர்களும் எவ்வளவு பழகி ஒட்டிக்கொண்ட மாதிரி ஆகிவிட்டது. மேஜையும் நாற்காலியும் டவாலிச் சேவகனும் ஆபீஸ் கட்டுகளும் குதிரை வண்டியுமாக இருந்த பிறந்த வீட்டையே பார்த்துப் பழக்கம். அதற்கு நேர் எதிர் அங்கே. வீடு முழுக்க எங்கேயும் நெல் மூட்டைகள்தான் அடுக்கிக் கிடக்கும். நாற்காலி, ஸ்டூல்கூடக் கிடையாது ஆசைக்கு. முண்டாசும் கச்சமுமாகப் பண்ணைக்காரன் வீட்டிலே கொல்லைக்கும் வாசலுக்கும் நடமாடிக் கொண்டிருப்பான், கூப்பிட்ட குரலுக்கு ஏன் என்று கேட்டுக்கொண்டு. கொல்லை நிறைய மாடு கட்டிக் கிடக்கும். இரட்டை மாட்டு வண்டி தினம் வயக்காட்டுக்குப் போவதும் வருவதுமாக இருக்கும். அப்பாவும் பிள்ளையும் சுந்தர மாமாவும் அந்த நிலம் என்ன கண்டது, இது என்றைக்கு அறுப்பு, அறுப்புக்காரருக்குச் சொல்லி ஆச்சா, இன்றைக்கு எத்தனை கலம் போட்டது இப்படித்தான் பேசிக் கொள்வார்கள். தாசில்தார் அப்பா வீட்டில் நடப்பதற்கும் இதற்கும் சம்பந்தம் ஏதாவது இருந்தால்தானே?

அப்பா வீட்டில் கூடத்தில் ஒரு பவர் லைட் தொங்கும். ஹரிக்கேன் லைட்கள் இருக்கும். இங்கே கூடத்தில் ஐந்து மூக்கு உள்ள குத்துவிளக்கு, இடுப்பு உயரத்தில் எரிந்துகொண்டிருக்கும். அம்மா அடிக்கொரு தடவை 'குத்துவிளக்குக்கு, எண்ணெய் இருக்கா பாரு' என்று அவளை ஞாபகமூட்டிக் கொண்டே இருப்பாள். தனக்கு அது ஒரு வேலை. அடுக்குள்ளில் அடுப்புக்கு நேரே ஒரு கல் விளக்கு சுவரில் முன் நீட்டிப் பதித்திருக்கும். எதிர்ச்சுவரில் இன்னொன்று. சாப்பிடுகிறபோது பிறந்த வீட்டில் ஹரிக்கேன் லைட்டைக் கொண்டு வைத்துக்கொள்வார்கள். இங்கே ஒரு சுவரொட்டி விளக்கு வெளிச்சம்தான். பிறந்தாத்தில் காலையில் காபி உண்டு. அப்பா உத்யோகஸ்தர். காபி வழக்கம் முதலில் அங்கே வந்துவிட்டது. இங்கே அந்த மூச்சே விடக்கூடாது. காலையில் கெட்டித் தயிர் விட்டு பழையதுதான் அவருக்கு, கணபதிக்கு, அவளுக்கும்.

இதெல்லாம் எப்படி அவளுக்கு அவ்வளவு சீக்கிரமாக ஒத்துக்கொண்டது என்பது அவளுக்கே ஆச்சர்யமாக இருந்தது. ஏன், அந்த நாலைந்து மாதத்தில் அது பிடித்துப்போய் விட்டது அவளுக்கு ரொம்பவும். மனுஷர்கள் அப்படி இருந்தார்கள்.

பண்ணைக்காரன் சின்னம்மா சின்னம்மா என்று உயிரை வாங்கிவிடுவான். அம்மா அவன் முன்னாலேயே ஒருநாள் சொல்லிவிட்டாள். 'மருதா, இனிமேல் இந்த வீட்டுக்குச் சின்னம்மாதான் எல்லாம், தெரியுமா? என்ன வேணுமோ அவளைக் கேட்டுக்கொள். என்னை வந்து தொந்திரவு செய்யாதே,' வேலைக்காரி மூக்காயிக்கும் அதே உத்தரவு. கணபதிக்கும் 'எல்லாம் உங்க மன்னிகிட்ட செய்துகொள்' என்றுதான் புத்திமதி. அப்பா ஏதாவது கேட்டாலும் 'சாவித்திரியைக் கேட்டுச் சொல்கிறேன்,' என்று பதில். இப்படி எல்லாவற்றிற்கும் சாவித்திரி, சாவித்திரி. நாலு மாதத்துக்குள்ளேயே இப்படி. அவளுக்கு அது புகுந்த வீடாகப் படவில்லை. பிறந்த வீட்டு அதிகாரம் கிடைத்த மாதிரிதான் இருந்தது.

மறுபடியும் தன்னை அப்பா வந்து ஊருக்குக் கூட்டிக் கொண்டு போனதும் அப்பாவிடமும் அண்ணாவிடமும் எல்லாம் சொல்லணும் என்று அவளுக்கு ஒரே ஆசையாக இருந்தது. இந்த நாலு மாதத்தில் அப்பா இரண்டு தடவை வந்து விட்டார். அண்ணாவை, ஒரு தடவை சாவித்திரியைப் பார்த்து விட்டு வா என்று அனுப்பி வைத்தார். அப்புறம் அப்பாவே கடுதாசி போட்டிருந்தார் இந்த அப்பாவுக்கு. அப்பா உடனே அம்மாகிட்ட கடுதாசியை வாசித்துக்காட்டினார். அப்பா நாள் பார்த்து எழுதி இருந்தார், இந்த அப்பாவைச் சம்மதம் கேட்டு.

'ஆமாம், குழந்தை வந்து நாலைந்து மாசம் ஆச்சு. ஒரு நடை போய் பிறந்த ஆத்திலே இருந்துவிட்டு வரட்டுமே, நியாயம்தானே' என்றார் அம்மா. 'அவர்களுக்கும் இருக்கும்; அவளுக்கும் இருக்கும். நமக்குத்தான் பொண் இருந்து இதெல்லாம் செய்ய பிராப்தம் இல்லை. கொடுத்து வைத்தவர்கள் பேஷாகச் செய்யட்டுமே.'

'நமது கிருஷ்ணமூர்த்தியையும் கூட அனுப்பிவைக்கச் சொல்லி இருக்கிறார் சம்பந்தி.'

'அவனும்தான் போயிருந்துவிட்டு வரட்டுமே. அப்போது மறுவீடு அழைத்துப் போனபோது நாலு நாட்கள் இருந்து விட்டு வந்தான்,' என்றாள் அம்மா.

'அறுப்பு மும்முரமாக இருக்கு. இப்போது நான் போக வில்லை' என்றார் அவர்.

'இவன் அறுப்புக்கு இல்லாது போனால் நின்றுபோய் விடும் அறுப்பு' என்றார் அப்பா கேலியாக. 'சுந்தரம் இருக்கான், பார்த்துக்கொள்கிறான்.'

அம்மாவுக்குச் சுரீரென்றது பிள்ளையை அப்படிச் சொன்னது. 'குழந்தை அப்பாவுக்கு ஒத்தாசையாக விவசாயத்தைப் பார்த்துக்கொள்ளணும் என்று மனதில் பட்டு கொஞ்சம் அக்கறையாகப் போய்விட்டு வரான். அதை ஏன் பழிக்கிறேள்?' அப்பாவைக் கேட்டார். அப்பா சிரித்துக்கொண்டார்.

'பின்னே என்ன போ, நீ சாவித்திரி கையில் வீட்டை ஒப்பித்துவிட்டு நிம்மதியாகக் காலை நீட்டிக்கொண்டு உட்கார்ந்துவிடு. நான் என் பிள்ளை கையிலே வயக்காட்டை ஒப்பித்துவிட்டு நானும் இழுப்புமாக 'ஸ்வப்பாடா' என்று ஊஞ்சல் பலகையும் வாசல் குட்டைத் திண்ணையுமாக உட்கார்ந்து விடுகிறேன்.'

அப்போது சுந்தர மாமா வந்தார். 'இதோ சுந்தரமும் சமயத்துக்கு வந்துவிட்டான்' என்றார் அப்பா. 'சுந்தரம் கேட்டாயா?'

'ரேழியில் வரும்போதே நீங்கள் சொன்னதைக் கேட்டேன். நீங்கள் சொன்னீர்களே தவிர்த்து அதைச் செய்யணுமே அண்ணா. மாட்டீர்களே!'

'நன்றாகச் சொல்லு சுந்தரம் உங்க அண்ணாவுக்கு' என்று அம்மா சமயம் கிடைத்ததென்று சொல்லிக்காட்டினார்.

சுந்தர மாமா அம்மாவையே திருப்பிக்கொண்டார், 'ஏன், மன்னி நீயும் – அப்படித்தானே. சாவித்திரி கையில் ஒப்பித்து விட்டு சும்மா இருக்கிறாயோ, இல்லையே, இருட்டோடு ஆற்றங்கரைக்குப் புறப்பட்டு விடுகிறாயே.'

'நன்றாக இருக்கு நீ சொல்கிறது? ஊராளாத்துப் பெண்ணை அந்த மாதிரி அனுப்பச் சொல்கிறாயா? நன்றாக இருக்குமே.'

'அப்படித்தான் மன்னி அண்ணாவுக்கும். குழந்தையை விவசாயத்திலே இப்போதே போட்டு வாட்டுவானேன்னு.'

'நீ இரண்டு பக்கமும் பேசுவாய்' என்றாள் அம்மா.

எல்லோரும் சிரித்தார்கள். அப்புறம் அப்பா பார்த்த நாள் படி வந்து அவளை அழைத்துக்கொண்டு போனார். கணபதி தான் மன்னி கூடவே போவேன் என்று பிடிவாதம் பண்ணினான். அவளுக்கே கண்ணீர் வந்துவிட்டது அவனை விட்டுப் பிரியும் போது, 'நான் பதினைந்து நாட்களில் வந்துவிடுவேன் கணபதி. அப்புறம் நான் இந்த ஆத்தை விட்டுவிட்டு ஒரு நாள் கூடப் போகவில்லை, நிஜமாக' என்று தேற்றினாள். அம்மா காதில் இது பட வேண்டும் என்றே சொன்னாள்.

உள்ளே இருந்து வருகிறபோதே திண்ணையில் அவர் இருக்கும் இடத்தைக் கண்களால் துளாவினாள். அவர் எங்கோ

பார்த்துக்கொண்டிருந்தார். தான் வண்டியில் ஏறிக்கொண்டதும் அப்பா பின்னால் ஏறி உட்கார்ந்ததும், கூட சுந்தர மாமாவும் உட்கார்ந்தார், ரயிலுக்கு வந்து அவர்களை அனுப்பி வைக்க. அப்போதுதான் அவரும் திண்ணையைவிட்டு இறங்கி வண்டிக்குப் பின் வந்து தன் அப்பாவுக்கு எதிரில் வந்து நின்றார்.

அப்பா வழி அனுப்பிய எல்லோரிடமும் சொல்லிக்கொண்டு கடைசியாக மாப்பிள்ளையிடமும் சொல்லிக்கொண்டார். தலையசைத்துக்கொண்டே கிருஷ்ணமூர்த்தி வண்டிக்குள் பார்த்தபோதுதான் தானும் முழுக்க விரித்த கண்களுடன் அவரை நிலைத்துப்பார்த்தாள். அவளுக்குப் பளிச்செனக் கண்களில் நீர் துளிர்த்துவிட்டது. அப்பாவும், சுந்தர மாமாவும் பார்த்து விடாதிருக்கக் குனிந்து புடவையால் கண்களைத் துடைத்துக்கொண்டு வண்டி போகிற திசைப் பக்கமாக உறுத்துப் பார்த்தாள். அது இப்போது ஞாபகத்துக்கு வந்தது. அந்த முகம் தன்முன் நிற்கிற மாதிரி இருந்தது. தலையணையில் தலையைக் கவிழ்த்துக்கொண்டு கண்ணீரைக் கொட்டினாள்.

4

சிரிப்புக்கும் சந்தோஷத்துக்கும் தாற்காலிக மாகத்தான் திருப்தி அளிக்க முடிகிறது நெஞ்சுக்கு. அதனால்தான் 'ரொம்ப சிரிக்காதே, பின்னால் அழப்போகிறாய்' என்று குழந்தைகளை எச்சரிக் கிற வசனம் நூற்றுக்கு நூறு மெய்யாகவே ஆகிவிடு கிறது. ரொம்ப சந்தோஷப்படுகிறவர்களுக்கும் துக்கம் பின்னாலேயே காத்துக்கொண்டிருக்கிறது. சாவித்திரிக்கு அது அந்த வயதில் தெரியாது. தெரிந்திருந்தாலும் அது மனதில் பட்டிருக்காது. இப்போது அனுபவித்த பிறகுதான் அழுகைக்கும் கண்ணீருக்கும்தான் நிரந்தரமாக ஆறுதல் தரக் கூடிய சக்தி நிச்சயமாக இருக்கிறது என்று தெரிய வந்தது. சிரிப்புக்கும் சந்தோஷத்துக்கும் கீழே அழு கையும் கண்ணீரும் இருக்கிறது. அழுகைக்கும் கண்ணீருக்கும் கீழே மனதுக்கு மாற்று எதுவும் இல்லையே. அதனாலேதான் அந்த ஆறுதல் ஏற்பட்டு விடுகிறதோ என்னமோ. கண்களைத் துடைத்துக் கொண்டாள். இன்னொரு பாட்டம் நினைப்பு அவளுக்குள் அடித்து வந்தது.

அந்த நாலைந்து மாத சுகவாழ்வை நினைத்து நினைத்து, பூரித்துப்போய், அப்பா, அண்ணா, மன்னிகிட்ட எல்லாம் அவர்கள் காதுகளைச் சல்லடையாகத் துளைத்து, பெருமையைச் சொல்லிச் சொல்லி அவளுக்கு மாளவில்லை. சுந்தர மாமா வண்டியிலே கூட இருந்ததனாலே ஈச்சமுள்ளால் வாயை இறுகத் தைத்த மாதிரி அவள் இருக்க வேண்டியதாயிற்று. சுந்தர மாமா தன் முன்னாலே,

ஏன், தன்னையே கூப்பிட்டு எவ்வளவு சொன்னாலும் புக்க கத்து மனுஷர்களைச் சேர்ந்த அவர்கிட்ட அவள் நேரடியாக ஒரு வார்த்தை பேசினது இல்லை. அவள் பேசலாமோ? சுந்தர மாமாவும் அப்பாவும் ஊர் விசாரணை எல்லாம் பண்ணி, பேசிக்கொண்டே அந்தப் பன்னிரெண்டு கல்லையும் தாண்டி ஸ்டேஷனுக்கு வந்து சேர்ந்தார்கள். தானோ வண்டிக்கு முன் பக்கம் திரும்பியவாறே வழியெல்லாம் மருதன் காட்டுகிற இடத்தை எல்லாம் பார்த்துக்கொண்டு, மாடுகளை அவன் விரட்டி ஓட்டுவதையும் அதுகளோடு பேசுவதையும் பார்த்து வியந்து சிரித்துக்கொண்டும் சலங்கை மாலைச் சப்தத்துக்கு நடுவே தன் புக்ககத்தில் நடந்ததையும் பிறந்த அகத்துக்குப் போனால் நடக்கப்போவதையும் நினைத்துப் பார்த்துக்கொண்டே அந்தப் பன்னிரெண்டு கல்லையும் தாண்டி ஸ்டேஷனில் வந்து இறங்கினாள்.

ரயில் புறப்பட்டதும்தான் அடுப்புப் பாத்திர மூடியைத் திறந்ததும் குப்பென்று வெளியேறுகிற ஆவி மாதிரி அப்பாவோடு கொட்டிப் பேச ஆரம்பித்தாள். இதெல்லாம் கேட்கக்கேட்க அப்பாவுக்குச் சந்தோஷம் தாங்கவில்லை. நடுவில் திடீரென்று ‘உங்கம்மா இருந்து இதெல்லாம் பார்க்கக் கொடுத்து வைக்க வில்லை’ என்று பெருமூச்சு விட்டார். அவளுக்கும் மடைதிறந்த பேச்சு சடக்கென நின்றுவிட்டது அம்மா ஞாபகத்தில். அப் புறம் அப்பாவும் தானும் ஒருவிதமாகச் சமாளித்துக்கொண்டு வழிநெடுகப் பேசிக்கொண்டே போனதும் வீட்டுக்குப் போய் ‘எத்தனை தடவைதான் சாவித்திரி இதைச் சொல்லுவே’ என்று மன்னி கேலியாகச் சொன்னதையும் லட்சியம் செய்யாமல், ‘இதைக் கேளு மன்னி,’ என்று தான் விடாமல் அவள்கிட்ட ஒரு தரம், அண்ணாகிட்ட ஒரு தரம் இப்படித் தினம் பேசின தெல்லாம் இப்போது எப்படி அவள் மனதில் வந்து குதித்தது!

அம்மா கிட்டவும் கணபதி கிட்டவும் அவள் கெடு சொல்லி விட்டு வந்த பதினைந்து நாளும் போனது தெரியவே இல்லை. அப்புறம்தான் திடீர் என்று அவள் மன்னியிடம் சொன்னாள். ‘எனக்குக் கணபதி ஞாபகம் வந்துவிட்டது மன்னி. எல்லாம் அவனுக்கு நான்தான் செய்யணும். அதென்னவோ, இத்தனை நாள் பெற்று வளர்த்த அம்மாவை விட்டுட்டு என் கிட்ட உசிராக ஒட்டிக்கொண்டு விட்டான் மன்னி!’ நொடிக்கு நூறு மன்னி, நாலு வார்த்தைக்கு ஒரு கணபதி.

‘இப்போவே புறப்பட்டுப் போயேன் பிறந்தகம் அதுக்குள்ளே சலித்துப் போய்விட்டால்’ என்றாள் மன்னி விளையாட்டாகக் கடிந்துகொண்டு. அண்ணா. அப்போது அங்கே வரவும் மெனக் கிட்டுச் சொன்னாள்: ‘முதல் காரியமாக உங்க தங்கையைப்

புக்காத்திலே கொண்டுபோய் விட்டுட்டு வாருங்கள், நீங்களா வது உங்க அப்பாவாவது, ஆமாம்.'

'என்ன இது?' அண்ணா விழித்தான்.

சாவித்திரி கொட்டிச் சிரித்தாள்.

'ஆமாம், திதிப்பாக இருக்கிற இடத்தில்தானே யாருக்கும் போய் இருக்கத் தோணும். பிறந்தகம் கசக்கிறதாம் உங்க அருமைத் தங்கைக்கு.'

அண்ணாவும் சேர்ந்து சிரித்தான். 'என்னவோ ஏதோ என்று பயந்துவிட்டேன். நாத்தனாருக்கும் மதனிக்கும் ஏதாவது . . .' என்று இழுத்தான்.

'அப்படிப்பட்ட நாத்தனார் நான் இல்லை, அண்ணா!'

'நான் மட்டும் அப்படிப்பட்ட மன்னி என்கிறாயா?'

'பாரு, அண்ணா மன்னி இட்டுக்கட்டிச் சொல்கிறதை. நீ சொல்லு.'

'சரிதான், உங்க விளையாட்டுக்கு நடுவில் என்னைச் சிக்க வைத்து . . .'

'அண்ணா அசடு வழியச் சிரிக்கிறான் பாரு, யாரு பக்கம் பேசுவது என்று புரியாமல்' என்று கை தட்டிச் சிரித்தாள் சாவித்திரி.

'அருமைத் தங்கை பக்கம்தான் எல்லாம் பேசுவார்,' என்றாள் மன்னி.

'அதெல்லாம் இல்லை. ஆசைப்பெண்டாட்டி பக்கம்தான் பேசுவான், அப்படித்தானே அண்ணா?'

'என்னை இரண்டு பேரும் பைத்தியமாக்கி விடுவீர்கள்', என்று அண்ணா சிரித்துக்கொண்டு போய்விட்டான்.

'இல்லை மன்னி, கணபதிக்கு நான் செய்யாவிட்டால் செய்த மாதிரியே இருக்காது. தினம் அவனுக்கு அந்தக் கச் சட்டி விளக்கிலேதான் பாடம் சொல்லித் தருவேன், அவனுக்கு. நன்றாகப் படிப்பு வருது மன்னி. இந்தப் பதினைந்து நாளாக அவனுக்கு ஆத்திலே யார் சொல்லித் தந்திருக்கப் போகிறார் கள். அவனோட அண்ணாவோ தம்பி கிட்டவே வரமாட்டார். தம்பியைக் கூப்பிடுகிறபோதே அதட்டித்தான் கூப்பிடுவார். குழந்தைகளை அப்படியெல்லாம் அதட்டினால் கிட்ட வருமா மன்னி? அது விஷயத்தில் நம்ப அண்ணா மாதிரி இல்லை அவர். இதை நான் அவர்கிட்ட ஒருநாள் ராத்திரி சொன்ன துக்கு, நீ மச்சுனன் கிட்ட பிரியமாகப் பேசுகிறாய் இல்லையோ,

போதும். நீயே எல்லாம் அவனுக்குச் சொல்லிக்கொடு, என்று கேலி செய்தார்.' இதெல்லாம் சொன்னாள்.

அப்புறம், மாமனாருக்கு பூஜைக்குச் சாமான்களைப் பளபள வென்று தேய்த்து எடுத்து வைப்பதையும் தோட்டத்திலே இருந்து பூக்குடலை நிறைய அப்பா விடியற்காலமே போய் ஆய்ந்துகொண்டு வருகிற நந்தியாவட்டை, மஞ்சரளி, பவள மல்லி, துளசி, வில்வம் இதெல்லாம் தனித்தனியாகத் தட்டிலே பிரித்து வைத்து, வெறும் மல்லிகையை மாலையாகக் கட்டி இன்னும், கோலம் போட்டு, ஆசனப் பலகையை அலம்பி, இன்னும் எத்தனை செய்தாளோ அதெல்லாம் ஒன்று விடாமல் மன்னியிடம் அடுக்கிவிடுவாள்.

'சொல்ல மறந்துட்டேனே மன்னி. புக்காத்தில் வேலைக் காரி கிடையாது, நம்ப ஆத்திலே இருக்கிற மாதிரி. ஒரு சூளை பத்துப் பாத்திரத்தையும் போட்டுக்கொண்டு அம்மாதான் தேய்ப்பார். என்னைப் பாத்திரம் தேய்க்க விடவே மாட்டார் மன்னி. கேளேன். கைக்காப்பு, கொலுசு, பாட்டில் எல்லாம் தேய்ந்து போய் விடுமாம். அதெல்லாம் ஒதுக்கிக்கொண்டு தேய்க்கிறேன் அம்மா என்று மன்றாடுவேன். 'அப்படியாவது நீ செய்து எனக்கு ஆகவேண்டாம்,' என்று அதட்டிச் சொல்லி விரட்டுவாள் மன்னி. எப்படி இருக்கு. நான் நிலையாக நிற் பேன். அப்புறம்தான் 'போ, விடமாட்டாய் நீ. பாத்திரங்களை எல்லாம் நன்றாகப் பத்துப்போக அலம்பிக்கொண்டு போய் வை' என்று ஒரு மட்டுக்கு வாயை அசைப்பாள்.

'அதிசயமாக இருக்கும் அவர்களுக்கு. தாசில்தார் பெண். நாளைக்கு, பட்டிக்காட்டில் கொடுத்து அப்படி வேலை வாங்கி விட்டார்கள் என்ற பேர் வரக்கூடாதே என்று வார்த்தைக்குப் பயப்பட்டு இருப்பா,' என்பாள் மன்னி. 'எல்லாருக்கும் அப்படி வாய்த்து விடுமா? புக்ககம் வாய்த்த பாக்யம். நன்றாகத்தான் இரேன்.' மன்னி வாய் குளிரச் சொன்னாள்.

அப்பாவிடம், 'ஒரு நாள் பார்த்து என்னைக் கொண்டு போய்விட்டு விடுங்கள் அப்பா. வந்து நாளாச்சு' என்று சொல்லிவிட்டாள்.

அப்பா அவளைச் சுருக்கென்று கோபித்துக் கொண்டார் அப்படிச் சொன்னதற்கு. 'சுத்த அசடாக இருக்கிறாயே. உன் மாமனாரிடமிருந்து உன்னைக் கொண்டுவிடச் சொல்லி கடுதாசி வரும். அப்புறம்தான் நாள் பார்க்கணும். அதுதான் வழக்கம்.'

அப்படி வழக்கம் இருப்பது அவளுக்கு அப்போதுதான் தெரிந்தது. நல்ல வழக்கம் இதெல்லாம். ஏன் நாமாகத்தான்

போனால் என்னவாம் என்று தனக்குள் கேட்டுக்கொண்டாள். அப்பாவுக்குப் பதில் சொல்லவில்லை. மாமனாரிடம் இருந்து கடுதாசி இன்றைக்கு வரவில்லையே, நாளைக்கு வருமா – இப்படி இன்னும் ஒரு வாரம் ஆகிவிட்டது.

தினம் கடுதாசியை எதிர்பார்த்தவளுக்கு இப்படித் தந்தி வரும் என்று கண்டாளா? குடலைக் கலக்குகிற தந்தியாக. அப்பா ஆபீசுக்குத் தந்தி வந்து, சப்கலெக்டர் காரோடு அப்பா ஆத்து வாசலில் வந்து நின்றதும் 'சாவித்திரி' என்று பதறிக் கூப்பிட்டு, 'புறப்படும்மா, கிருஷ்ணமூர்த்திக்கு உடம்பு சரியில்லையாம்' என்று நாக்குத் தடுமாற அவளை விரட்டி வண்டியிலே ஏறச் சொன்னதும் தான் அப்படியே விலவிலத்துப் போய் ஏறினதும் மன்னி அத்தனை பதட்டத்திலேயும் தன் புடவைகளையும் ரவிக்கைகளையும் கொடியிலே இருந்து இழுத்துச் சுற்றி மூட்டையாகக் கட்டி கார் புறப்படுகிற சமயத்திலே கொண்டுவந்து கொடுத்ததும் இப்போதுபோல் இருந்தது சாவித்திரிக்கு. கடுதாசி வந்து பக்ஷணமும் சீருமாகப் புறப்பட்டுப் போவோம் என்று இருந்தவளுக்கு இந்த அலங்கோலத்திலேயா பிரயாணம்? பின்னால் வரப்போகிற அலங்கோலத்துக்குத்தானே இது குறி காட்டியது.

சாவித்திரி கண்களை இமைக்காமல் மங்கிய விடி விளக்கில் விவரம் இல்லாமல் தெரிந்த விட்டத்தை உறுத்துப் பார்த்த வாறு கண்ணீரை வழியவிட்டுக்கொண்டே நினைப்பை ஓட விட்டுக்கொண்டிருந்தாள். நினைப்பைக் கட்டுப்படுத்தி அடக்கி மறக்க அவளுக்கு அப்போது மனதும் இல்லை. அவள் முயன்றிருந்தாலும் முடிந்திருக்காது. இந்த நினைப்புக்கு எதை நினைக்கணும் எதை நினைக்கக்கூடாது என்ற வித்யாசம் தெரிகிறதா என்ன? நல்லது பொல்லாதது எல்லாவற்றையும் சேர்த்துக் குப்பையாகத்தானே மனதிலே கொண்டு கொட்டுகிறது.

ரயிலில் போய், பன்னிரெண்டு கல்லு ஜட்காவில் போய் ஊர் சேருவதானால் எப்போது போய்ச் சேர்ந்திருக்க முடியும் அவர்கள். கார் அதிர்ஷ்டவசமாகக் கிடைத்ததனாலே போச்சு. துரதிர்ஷ்டத்துக்கு நடுவிலேயே அதிர்ஷ்டம் – கேலிக்கூத்து தான்.

கார் ஊர் எல்லையைத் தாண்டுகிறவரைக்கும் அப்பா கிட்ட என்ன விவரம் கேட்பது என்றே அவளுக்கு ஓடவில்லை. அப்பாவாக ஏதாவது மேலே சொல்லுவார் என்று அப்பா முகத்தையும் வாயையும் திரும்பித்திரும்பிப் பார்த்துக் கொண்டிருந்தாள். அப்பா கார் ஜன்னலுக்கு வெளியே பார்த்துக் கொண்டிருந்தார். அவர் முகத்தைச் சரியாகப் பார்க்கவே முடியவில்லை. கார் அள்ளி இறைத்துக்கொண்டு ஓடிக்கொண்

டிருந்தது. அப்போதுதான் முதல்முதல் அவள் காரில் பிரயாணம் செய்திருக்கிறாள். அப்போதெல்லாம் கல்யாணப் பட்டணப் பரவேசங்களுக்குக்கூட இரட்டைக் குதிரை சாரட்தான். இன்று வரைக்கும் அவள் காரில் பிரயாணம் செய்திருப்பது அந்த ஒரு தடவைதான். பஸ்ஸே அப்போது ஓடவில்லையே.

'தந்தியிலே என்ன அப்பா சொல்லி இருந்தது' என்று அழுதுகொண்டே கேட்டாள்.

'போய்த்தான் அம்மா தெரியும். மோசமாக இருக்கு. சாவித்திரியைக் கூட்டிக்கொண்டு வரவும் என்று சுந்தர மாமா கையெழுத்துப்போட்டு அடிச்சிருக்கா.' அப்பா இழுத்துஇழுத்துச் சொன்னார். நினைத்துநினைத்துச் சொன்ன மாதிரி இருந்தது.

அவளுக்கு ஒரே கலவரமாக இருந்ததே தவிர விபரீதமாக எதுவும் நினைக்கத் தோன்றவேவில்லை. மோசமாக இருந்தாலும் பின்னாலே சரியாகிவிடுகிறதில்லையா? அப்படித்தான் நினைத்தாள்.

'இன்னும் எத்தனை மைல் இருக்கு அப்பா' என்று நடுவே கேட்பாள்.

'மொத்தம் நாற்பது மைல். பத்து மைல் வந்துவிட்டோம்' 'இருபது . . . முப்பது . . .' 'இன்னும் ஐந்து மைல்தான் . . .' இப்படி அவளுக்கு ஒரு வார்த்தையும் அரை வார்த்தையுமாக அப்பா பதில் சொல்லி நிறுத்திவிடுவாரே தவிர எதுவும் பேசவேயில்லை. அவளுக்கும் பேசவே தோணவில்லை. கூடத்திலே அவர் படுத்துக்கொண்டு இருக்கிறாப் போலேயும் அப்பா, அம்மா கிட்ட உட்கார்ந்து கவனித்துக்கொண்டு இருக்கிறாப் போலேயும் கணபதி பேந்தப் பேந்த விழிக்கிறமாதிரியும் அவளுக்குத் தோன்றிக்கொண்டே இருந்தது. சுந்தர மாமா வாசலில் வந்து, தாங்கள், வருகிறார்களா என்று தெருக்கோடி வரைக்கும் பார்த்துக்கொண்டே இருப்பார். இல்லை, மெயின் ரோட்டுக்கே வந்து நிற்கிறாரோ என்னமோ? எதற்கு அப்படி வரப்போகிறார்? அப்பாவுக்கு ஆத்துக்கு வழி தெரியாதா என்ன? இப்படி எல்லாம் நினைப்பு. வண்டி ஊர் எல்லைக்கு வந்ததுகூட அவளுக்கு ஞாபகம் இல்லை. டோல்கேட் வந்து ஊருக்குள் பிரிகிற இடம் வந்ததும்தான் அப்பா, 'சாவித்திரி' என்று தன்னை நாக்குளற கூப்பிட்டதும்தான் ஞாபகம் வந்தது.

டிரைவர் அப்பா சொன்னபடி கார் ஓட்டத்தை மெதுவாக்கி ஊருக்குள் போகும் ரோட்டில் திருப்பப் போகும் சமயம், சுந்தர மாமா குரல் பக்கத்திலிந்து 'அண்ணா, நிறுத்துங்கோ' கத்தியது. டிரைவர் காரை நிறுத்தினான் அப்பா சொல்லவும்.

சுந்தர மாமா அலங்கோலமாக ஓடிவந்தார். காருகிட்ட வந்து, 'அண்ணா, காரை இப்படிவிடச் சொல்லுங்கோ. அடே மருதா, காருக்கு முன்னாலே ஓடுடா.'

'வண்டிக்கார ஐயா, இப்படி வாங்க.' மருதனும் இன்னும் இரண்டு பேரும் முன்னாலே ஓடினார்கள்.

அவளுக்குப் புரியவில்லை. காரை எந்தப் பக்கமோ போகச் சொல்கிறார்களே.

சுந்தர மாமா, நின்ற காருக்குள்ளே எட்டிப் பார்த்தார். 'கிட்டு இப்படி மோசம் பண்ணிவிட்டானே, சுந்தரம்!' என்று அப்பா கத்திவிட்டார். 'சாவித்திரி!'

தான் 'அப்பா' என்று வீறிட்டது தான் அவளுக்கு ஞாபகம் இருந்தது. கார் நின்று, தான் அப்பா மடியில் கண்விழித்துப் பார்த்ததுதான் ஞாபகத்துக்கு வந்தது. சுந்தர மாமா கையில் ஜலத்தை வைத்துக்கொண்டு முகத்தில் அடித்திருக்கிறார். அப்பா தன் கைத்துண்டால் அவள் முகத்தைத் துடைத்துக் கொண்டிருந்தார். மிரளமிரளப் பார்த்து விழித்தாள். அப்பாவை அப்படியே கட்டிக்கொண்டே அழுதாள். அப்பா தந்தியிலேயே விஷயம் இருந்திருக்கிறதை மறைத்து வைத்திருக்கிறார் அத்தனை நேரம், அப்பாவுக்கு என்ன நெஞ்சுத் திடம் இருக்கணும் அதற்கு? ஊரிலேயே சொல்லி இருந்தால் சாவித்திரி அங்கேயே துடித்துச் செத்துப் போயிருப்பாளா? அப்படிப் போகிறவளாக இருந்தால் இந்த ஐந்து வருஷத்துக்கும் அப்புறம் சுத்து பருத்துப் போயிருப்பாளா என்ன? இந்த மனசுக்கு உடம்பை அரிக்கிறதுக்கு ரொம்ப நாளைக்கு சக்தி இருக்கா என்ன? அப்படிப் போயிருந்தால்தான் தேவலையே. இப்போது இந்தக் கூத்துக்கு ஆளாக வேண்டாமே.

அப்பா மடியிலேயே சுருண்டு படுத்துப் பாட்டம்பாட்ட மாகக் கதறி அப்பா மடி தொப்பலாகி, தன் முகத்திலே ஈர மாகப் பட்டதும் அப்பா 'சாவித்திரி சாவித்திரி' என்று வாய் விட்டுக் கதறிக்கொண்டே இருந்ததும் என்னவோ கனவிலே நடக்கிறமாதிரி வாத்தியார் கூப்பிட்டபோது அப்பா அணைப் பிலே எழுந்து தலைப்பு மறைத்த முகத்தோடே செய்யச் சொன்னதைச் செய்ததும், கடைசியில் வாய்க்கரிசியை . . .

சாவித்திரி வாய்விட்டு அழுதுவிட்டாள். மன்னி விழித்துக் கொண்டு எழுந்து 'சாவித்திரி, என்ன இது' என்று கேட்டாள்.

சுதாரித்துக்கொண்டாள். 'என்னவோ துர்சொப்பனம் மன்னி, வேறொன்றுமில்லை.' மன்னி தன் கலவர நிலையை ஊகித்து விடாமல் இருக்கக் கம்மிய குரலைச் சற்று அழுத்தி சுபாவ

மானதாகக் காட்டச் செய்த முயற்சியில் கொஞ்சம் அதீதமாகவே அழுத்திவிட்டாள். அந்த அழுத்தமே மன்னியிடம் அவளைக் காட்டிக் கொடுத்துவிட்டதை மன்னியின் அடுத்த வாக்கியம் காட்டியது. 'சாவித்திரி, எதையும் மனதில் போட்டுக்கொள்ளா மல் தூங்கு.'

மன்னி இதைச் சொல்லாமல் இருந்திருந்தாலாவது மன் னிக்குத் தெரியக்கூடாது என்கிற அக்கறையினால் அவள் பொங்கி வந்த அழுகையை வாயில் முந்தானையைத் திணித்து அடக்கி இருப்பாள். மன்னி சொன்னவுடனே, மறைக்கப் பார்த்த ஒரு விஷயம் வெளியேறியவுடனே நன்றாகத் தெரியட் டுமே என்று வீம்பாக மனசுக்குத் தோன்றுகிற மாதிரி, மன்னிக்குத் தெரியவே, அடக்க முயலாமல் அழுதாள்.

'அழுவதற்காகவே பிறந்தவளை அழக்கூடாது என்று வாய டக்க எனக்கு அதிகாரம் என்ன இருக்கு' என்று மன்னி மறைமுகமாக அவளை, அழுது பிரயோசனம் என்று ஆற்றி விட்டு ஒரு பெருமூச்சுடன் மௌனமாகிவிட்டாள்.

சாவித்திரியும் 'என்ன இது, இத்தனை நாட்களுக்குப் பிறகு இப்படி மனசைப் போட்டு உழட்டிக்கொண்டு – அழுதால் தீரப்போகிறதா, எல்லாம் ஒரேயடியாகத் தீர்ந்து போயாச்சே' என்று அழுகைக்குப் பின்னாலே நினைப்பும் கூடவர, கப் பென்று அடக்கிக்கொண்டு சில விநாடிகளில் சுபாவம் மாறி விட்டாள். இன்னொரு பாட்டம் நினைப்பு அடித்து ஓய்ந்து போய், தவிப்பாறிக் கொள்வதற்கு நடுவே நிற்கிற மாதிரி – கொஞ்ச நாழிக்கு அது விநாடிக் கணக்கா, நிமிஷக்கணக்கா என்று அவளால் நிதானிக்க முடியாதபடி – மனதில் குறிப்பாக எந்த நினைப்பும் முளைக்காத நிலையில் மப்பாகவும் தெளி வில்லாமலும் இருந்தது. கலக்கிவிட்ட ஜலம் தெளிகிற போக்கில் மண்டி அடியில் படிகிற மாதிரி அவள் கொதிப்பு அமிழ்ந்து போய் அடுத்த பாட்ட நினைப்பு உருவாக ஆரம்பித்தது.

5

அழுது நிறைந்த நெஞ்சில், இல்லை – அழுது காலியான மனதில், அப்புறம் தோன்றுகிற நினைப்புகளெல்லாமே தொடர்ந்து தன்னைப் பற்றியதாகவே இருந்தாலும் ஏதோ பிறத்தியாரது மாதிரி பற்றுதலைக் கலக்காமல், இல்லை பாவிக் காமல், கோவையாக எழுந்து வருகின்றன. அழுகை நினைப்பைச் சுத்திகரிப்புச் செய்துவிடுகிறது. அந்தப் பதிமூன்று நாட்களை, கிரேக்கியம் முடிந்து மறுநாள் காலையில் இருட்டோடு வண்டி பூட்டி, தன்னது என்று அவள் நினைத்திருந்த அந்த வீட்டைவிட்டு ஒரேயடியாக 'விட்டது' என்று கிளம்பினவரைக்கும் சாவித்திரி நினைத்துப் பார்த்தபோது உணர்ச்சியும் அறிவும் கலந்து கட்டின நினைப்பு ஓடையாகவே பெருக்கெடுத்து வந்தது.

வீட்டுக்கு வந்ததும்தான் அவளுக்கு அவர் எப்படிச் செத்தார் என்கிற தகவல் எல்லாம் அழுகைக்கும் அலறலுக்கும் கண்ணீருக்கும் நடுவே ஆளுக்கொரு பேச்சாகச் சொன்னதிலி ருந்து தெரிந்தது. வழக்கம்போலே காலையில் தங்கள் வயற்காட்டுக் கிணற்றில் இறங்கிப் பல் தேய்க்கப் போனாராம். எழுந்திருக்கும்போது பின்னால் இருக்கிற குத்துக்கல் ஒன்று முதுகில் குத்திக் கிணற் றுக்குள்ளே தட்டிவிட்டிருக்கணுமாம். யாரோ பின் னாலே வந்தவர்கள் எட்டிப்பார்த்துத் துணைக்கு ஆளைச் சேர்த்து வெளியே எடுத்துப் போடுகிற போதே மூச்சு நின்றிருந்ததாம். அத்தனை பேர்

சாரிசாரியாக வரப்பில் நடக்கிற அந்த வயற்காட்டில் அந்த உயிரைக் காப்பாற்ற அந்த நேரத்துக்கு ஒரு ஆள் இல்லை. விதிதானே. இல்லை அந்தச் சாவித்திரிக்குத் தெரிந்திருந்த மாதிரி தனக்குத் தெரிந்திருந்தால். ஒரு வேளை ...

'அசட்டு நினைப்பு' என்று சொல்லி ஒதுக்கிவிட்டுக் கொண் டாள். சாகிறது எப்படிச் செத்தால் என்ன என்று ஆறுதல் சொல்லிக்கலாம். வீட்டுக்கு வராமலே வயற்காட்டிலிருந்தே சுடுகாட்டுக்குத் தூக்கிப்போன கண்றாவி ஆறவில்லையே. காட்டிலே செத்தபிணத்தை வீட்டுக்குக் கொண்டு வரலாகாதாம். அப்படி ஒரு சாஸ்திரம், சம்பிரதாயம். இப்போது அவர் ஒரு பிணம்தானே. அம்மாவுக்குப் பிள்ளை செத்ததைவிட அதுதான் ஆறவில்லை. 'படுக்கையில் கிடந்து செத்தான்னு பார்க்கவில் லையே,' என்றுதான் அரற்றல். அம்ம, இந்த அம்மாவுக்கு என்ன நெஞ்சு! காட்டுக்கு வரவேயில்லையே – பிணத்தின் முகத்திலே முழிக்கக்கூட. 'பிள்ளையாக வீட்டுக்கு வெளியே போனவனைப் பிணமாகப் பார்க்கவா, அவன் மாடப்பிறையி லிருந்து பல்தேய்க்க சாம்பல் கட்டியை எடுத்துக்கொண்டு போகிறபோது பார்த்தேனே அது கண்ணிலே நிற்கிறது போதுமே.' சாம்பலும் கையுமாகப் போன பிள்ளை சாம்பலா கிறதைப் பார்க்க எந்த அம்மாவுக்குத் தோணும். ஏன், தானே அவர் முகத்தை – மூடி வைத்திருந்த முகத்தைத் திறந்து வைத்த போது சரியாகப் பார்த்தாளா என்ன? அன்றைக்கு வண்டிக்குக் கீழே இருந்து பார்த்த முகம்தானே இப்பவும் எதிரே நிற் கிறது.

'சாவித்திரி, கொடுத்து வைக்கவில்லையேடி' என்று அம்மா சொல்லி அழுதாளே. தன்னை டி போட்டு அம்மா அழைத்தது அப்போதுதான். குச்சியால் தட்டிவிட்ட மரவட்டையாக அம்மா சுருண்டு படுத்துக்கிடந்தாள். தான் ஜலபானம் பண் ணாமல் கிடப்பது படவில்லை. 'சாவித்திரி, நான் போனால் ஊர் காடாகி விடாது. நீ இருக்கிறவள். சாப்பிடும்மா' என்று தலைமாட்டில் படுத்துக்கொண்டு சொல்லிக்கொண்டே இருந்தாள் அம்மா. தான் எதற்கு இனிமேல் இருக்கணும். இப்பவே போயிடமாட்டோமா என்று அவளுக்கு வந்தது. ஆனால் தானும் போகவில்லை. அம்மாவும்தான். சுடுகாட்டு வரைக்கும்தானே நாம் போக முடியும்? அப்புறம் திரும்ப வேண்டியதுதானே.

சாவித்திரிக்குத் தன் துக்கம்கூட சமயங்களில் எங்கேயோ மறைந்து போய்விட்ட மாதிரி இருந்தது – தனக்காக அழுகிறது மறந்துபோய் – அம்மா அப்பா கணபதி சுந்தர மாமா இவர்கள் எல்லாம் துடிக்கிறதைப் பார்க்கிறபோது, 'மன்னி, கிட்டுண்ணா!'

சி.சு. செல்லப்பா ஃ 53

என்று தன்மேலே வந்து கணபதி விழுந்தவனை அணைத்துக் கட்டிக்கொண்டு கதறினது ... கணபதி அண்ணாவைக் கண்டால் கொஞ்சம் தயங்கினாலும் அண்ணா அதட்டிக்கொண்டே அவனுக்கு அத்தனையும் வாங்கிக் கொடுப்பானே. எல்லோரும் மன்னியைச் சுற்றி அழுகிறதைப் பார்த்து மன்னிக்கு என்னவோ வந்துவிட்டது என்று குழந்தை மனசு அடங்கிவிட்டது. அண்ணா போனதோடு மன்னிக்குத்தான் எல்லாம் போச்சு என்று அந்தப் பிஞ்சு மனசுக்கு என்னமாகத் தெரிந்திருக்கப் போகிறது?

'ஏன் மன்னி, நகையெல்லாம் கழட்டி வச்சுட்டே,' என்று அந்தக் குழந்தை என்ன தெரிந்து கேட்டது பதினோராம் நாள். மூளிக் கழுத்தோடு யார் கண்ணிலும் படாத ஒரு உள்ளில் குப்புறப் படுத்து நெஞ்சு வெடிக்க அம்மா காலடியில் படுத்துக் கிடந்தபோது வந்தது. என்ன பதில் சொல்லத் தோணினது அவளுக்கு. அலறித்தான் அழ முடிந்தது அவனைக் கட்டிக்கொண்டு. அழுகையைக் கண்டு பயந்து அவன் மேலே எதுவும் கேட்கவேயில்லை.

நடுவில் ஒரு தடவை அப்பாவும் அவளும் ஊருக்கு வந்துவிட்டு வந்தார்கள். பத்து நாட்களுக்குள் பிறந்தகத்துக்கு ஒரு தடவை வந்துவிட்டு வரணுமாம். அப்போதுதான் திரும்ப அங்கே போகலாமாம் ஒரு வருஷத்துக்குள்ளே. எல்லாம் வழக்கம். வழக்கம் என்று சொல்லிவிட்டால் அப்புறம் என்ன சொல்ல இருக்கிறது. ஏன், வழக்கம் நினைப்பின் போக்கையே பாதித்துவிடுகிறதே. நம் முடிவுகளையே மாற்றி விடுகிறதே. தன்னிச்சையாகப் போகிற குதிரைக்கோ மாட்டுக்கோ லகானும் பிடிகயிறும் மாதிரிதான் இந்த வழக்கமும் நமது செய்கைகளுக்கும் போக்குக்கும். பிடித்து இழுத்து விடுகிறது. உணர்ச்சிக்கு இந்தக் கட்டுப்பாடு அவசியம்தான். இல்லாது போனால்தான் சாம்பலாவதற்கு முந்தியே இந்த மனிதன் புழுங்கி நீந்துபோய் விடுகிறானே.

அன்றைக்குத் தான் அப்படி ஒரு நடை போய்விட்டு வராமல் இருந்திருந்தால்? அங்கே இருந்த அந்த வருஷம் அவளுக்கு எப்படி இருந்திருக்கும். விதியே! அதை நினைத்துப் பார்க்கவா. அவருக்கு அப்புறம் அந்த வீட்டிலே தனக்கு என்ன இருக்கு. தன் அம்மா இதெல்லாம் பார்க்காமல் செத்தது நல்லதுதான். அப்புறம் அப்பா, அண்ணா, இன்னும் மன்னி – தனக்குப் பத்து வருஷமாகத் தெரிந்தவள் – அவர்களோடேயாவது அழுதோ சிரித்தோ – எத்தனை நாளைக்குச் சிரிக்காமல் இருக்கப் போகிறோம். பொசுக்கிவிட்டு வந்த உடனேயே பக்கத்து வீட்டிலே இருந்த சாப்பாடு கொண்டு வைத்தவர்கள் பாயசம் வைத்திருந்தார்களே. கல்யாணத்துக்குப் பாயசம் தெரியும். சுபத்துக்குச்

சரி. பொசுக்கிவிட்டு வந்த கை அலறின வாயில் பாயசத்தை எடுத்துப் போடுவதா? அதுவும் சாஸ்திரமாம். வழக்கமாம். அப்போது சிரிப்பு வந்தது மனசுக்குள்ளே அழுகைக்கு நடுவில். ஆனால் இப்போது அது தப்பாகப் படவில்லை. இந்த நாலைந்து வருஷமாக எத்தனை தடவை சிரித்தாச்சு. அழுகையைப்போல எத்தனை பங்கு? பாயசம் அந்த ஒரு வருஷத்துக்கு அப்புறம் எத்தனை தடவை பண்ணிச் சாப்பிட்டாச்சு. நிறுத்தவில்லையே. இல்லை. நாக்குக்கும் கசக்கவில்லையே, அதைத் தெரிந்துதான் 'பின்னாலே நீ எப்படியும் செய்யப்போகிறே, அதை இப்பவே செய்துவிடேன்' – அப்படிக் காட்டி இருக்கா. மனுஷன் எதைத் தான் கடைசிவரைக்கும் வைராக்கியமாக வைத்துக்கொள்கிறான். மசான வைராக்கியம், பிரசவ வைராக்கியம்னு வசனம், அது மாதிரி . . .

அப்பாவோடு போனாள்; மறுநாள் திரும்பி வந்தாள். அடுப்பிலிருந்து இறக்கின சாமான் சூடு படிப்படியாக ஆறுகிற மாதிரித்தானே. இன்றைக்குச் செத்தால் நாளைக்கு இரண்டு நாள். இப்படி, காலம் ஓடி, பத்துநாளும் காரியம் ஓடி, பன்னிரெண்டும் கழிந்து, வீடு பூராவும் கோலம்போட்டு சுபஸ்வீகரம் பண்ணின பதிமூன்றாம் நாளும் போய்விட்டது. மறுநாள் காலமே இருட்டோடு அப்பாவோடும் மன்னியோடும் வண்டியேறி கோச்சுப் பெட்டியை அடைத்துக்கொண்டிருந்த தன் பெட்டியோடு அந்த வீட்டைவிட்டுப் புறப்பட்டாள். அப்போது . . . அம்ம!

யார், யார் கிட்டப் பேசினார்கள். ஒருத்தரை ஒருத்தர் பார்க்கக்கூட இல்லையே. அம்மா அப்பா கணபதி, தன் அப்பா, சுந்தர மாமா இத்தனை பேரும் அந்தக் கூடத்தில் அந்தத் தூண்டிவிட்ட கைவிளக்கு வெளிச்சத்தில் நின்று . . .

'ஸ்வப்பாடா', இப்போது வியர்த்துவிட்டது சாவித்திரிக்கு – நெஞ்சுப் புழுக்கம் ஒழுகி வெளிவந்த மாதிரி. 'ஏன் மன்னி, நீ எங்காத்துக்கு இனிமேல் வரமாட்டியா?' என்ன தோன்றி கணபதி அப்படிக் கேட்டானோ. தான் முந்தின நாள் சாமான்களை எல்லாம் பெட்டியில் எடுத்து வைத்துக்கொள்ளும் போது, அவளுக்காக அவள் மன்னி எல்லாவற்றையும் சேகரித்து, சரிவைத்துக் கொண்டிருக்கிறபோது. குழந்தைகள் எப்படியோ இதெல்லாம் கேட்டு விடுகிறது. அம்மாவோ சுந்தர மாமாவோ யாராவது சொல்லி இருக்கலாம். இல்லை, அவர்களுக்குள் பேசிக்கொண்டதைக் கேட்டிருப்பான் என்று நினைத்தாள். 'நீ போக வேண்டாம் மன்னி, இங்கேயே இரு. எனக்குப் பாடமெல்லாம் சொல்லிக் கொடுத்துண்டு.' என்ன பதில் குழந்தைக்குச் சொல்வது என்று தெரியாமல்,

தலைப்பால் முகத்தை மறைத்துக்கொண்டு இருந்தவளின் தோளை உலுப்பி, குழந்தை என்ன ஆசையோடு பரிதாபமாகக் கேட்டான். அவளுக்கு அடங்கவில்லை. 'கணபதி' என்று கட்டிக்கொண்டு கதறிவிட்டாள். 'இருக்கேன்டா கணபதி' என்று ஒரு வார்த்தை சொல்ல வரவில்லையே. தன் மேலே அந்தக் கொஞ்ச காலத்திற்குள் உசிரையே வைத்துவிட்ட குழந்தைக்கு அந்த ஒரு வார்த்தை போதுமே.

ஒரு மாசத்துக்கு முன்னாலேயே ஊருக்குப் புறப்பட்ட போது அவன் பிடிவாதம் பண்ணி அழுத சமயம்தான் என்ன சொன்னாள் . . . 'அப்புறம் நான் இந்த ஆத்தைவிட்டு ஒருநாள் கூடப் போகவில்லை, நிஜமாக' அம்மா காதில் இது பட வேண்டும் என்றே சொன்னாள். அந்த வார்த்தை அப்போது எங்கே போய்விட்டது. அப்போது சொன்னது நிஜமா இப்போது செய்கிறது நிஜமா? அன்றைக்கு, தான் அவர்களுக்கு, அவர்கள் தான் தனக்கு, என்று பட்டுச் சொன்ன வார்த்தை. இன்றைக்கு, இனிமேல் அவர்களுக்கும் நமக்கும் என்ன என்று எப்படியோ மனதிலே வேணும் என்று விழுந்தோ சுதாவாக விழுந்தோ பட்டு சாதித்த மௌனம். ஆனால், இந்த மனசுக்குள்ளே இரண்டும்தானே அலைமோதிக்கொண்டிருந்தது. அவளுக்கும் கணபதியை விட்டுப் போகத்தான் மனம் இருந்ததா?

மன்னி தன் பெட்டியில் இருந்த அத்தனை புடவைகளையும் – பட்டுப்பட்டா எத்தனை, இருபது நாட்களில்தான் வந்துவிடப் போகிறோமே என்று அத்தனையையும்தான் வைத்துவிட்டுப் போய் இருந்தாள் – பெட்டியில் எடுத்து வைத்துக்கொண்டு இருக்கிறபோது 'இந்தாம்மா' என்று குரல் கேட்டது. அம்மா குரல்.

'இந்தாம்மா, அவள் நகைகள்.'

அழுகை வரும் குரலின் கமறலை அடக்கிக்கொண்டு அம்மா நகைப் பெட்டியை கைநீட்டிக் கொடுத்தாள். கொடுக்கிற கையும் நடுங்கினது. வாங்கின கையும் நடுங்கினது. தான் தலை நிமிரவே இல்லை. அழுத கண்தான். அத்தனை நகையும் கல்லுக் கல்லாக ஒன்று பாக்கி இல்லாமல் ஜண்டையாக. அம்மா அந்தப்பக்கம் போனப்புறம் மன்னி நகைப் பெட்டியைத் திறந்து பார்த்தாள். தன் கண்ணிலும் அதெல்லாம் பட்டது. புக்ககத்திலே போட்ட நகைளைக்கூட அம்மா கொடுத்துவிட்டாள். இதெல்லாம் கொடுத்து – தனக்கு எதற்கு? ஆனால் அம்மாவுக்கும் அப்படித்தானே தோன்றி இருக்கும். அவளே போய்விடப் போகிறபோது அவள் சாமான்கள் நமக்கு எதற்கு; தன் மாதிரியேதான் அம்மாவுக்கும் வேணுமென்றோ சுதா வாகவோ, மனசு விட்டுப் போயிருக்கும்.

பின்னாலேயே மருதன் பெரிய பெட்டியைக் கொண்டு வந்து பக்கத்தில் வைத்தான். உள்ளே பாத்திரங்கள் குலுங்கின சப்தம். தன் வெள்ளிப் பாத்திரப் பெட்டி அது. அப்புறம் அம்மா திரும்ப வந்தாள்: 'பித்தளைப் பாத்திரங்களை எல்லாம் பின்னாடி வண்டியிலே அனுப்பி விடுகிறேன் என்றார் அம்மா, உங்கப்பா.'

'உங்கப்பா' – அவளுக்கு என்னவோ போலிருந்தது. தனக்கு அவர் இன்னமும் அப்பாவா, இவ்வளவுக்கும் பிறகு முறித்துக் கொண்டு போகிறவளுக்கா, முந்தின நாள் ராத்திரி அம்மா மன்னிகிட்ட சொல்லிக்கொண்டு இருந்தாள். அவள் காதிலே யும் விழுந்தது. 'இரண்டு கிழங்களும் இந்த வாண்டும்தான் இனிமேல் இந்த ஆத்துக்கு என்று எழுதியாச்சு போலிருக்கு. மன்னி ஏன் போகிறா ஏன் போகிறா என்று இந்தக் கணபதி கேட்கிறதுக்குப் பதில் சொல்லத் தெரியவில்லை. இருட்டில் தட்டித் தடவிக்கொண்டு அவனுக்கு நான் என்னத்தைச் செய்யப் போகிறேன். இத்தனை நாள் செய்த கைதான். ஆனாலும் இன்றைக்கு முறிந்துபோன மாதிரி ஆயிடுத்து.'

மன்னி பேசாமல் இருந்தாள். என்னதான் சொல்ல முடி யும் அதற்கு. 'அவன்தான் போய்விட்டான், ஆயுசு முடிந்து போய். இவளாவது இந்த ஆத்திலே . . . ஆசை அறியாமல் வார்த்தை வருதும்மா . . . அந்தக் குழந்தையைப் பார்த்துக்க . . .'

அம்மா முடிக்கவில்லை. குரல் அடைத்துக்கொண்டது.

மன்னி அதற்கும் பதில் பேசவில்லை. என்ன சொல்ல இருந்தது.

தனக்கு என்னவோ போலிருந்தது அதைக் கேட்க. அது நடக்கக்கூடியதா. அவளுக்கு அதில் நினைப்பே ஓடவில்லை. அதை நிர்ணயம் செய்யத் தனக்கு அப்போது சக்தி இருந்ததா. அப்பாவும் அண்ணாவும் மன்னியும் இருக்கிறார்களே.

அம்மா அதற்குப் பிறகு ஒரு வார்த்தை அதைப்பற்றிப் பேசவே இல்லை. ஒரு துரும்பு தன் சாமான்களை நிறுத்திக் கொள்ளவில்லை. இந்த மாதிரி சந்தர்ப்பங்களில் ஒரு துரும்பைக் கூட கொடுக்க மறுத்துவிட்டவர்களைப்பற்றி எல்லாம் அவள் வம்பு கேட்டிருக்கிறாள். இந்த அம்மா . . .

வண்டியில் அப்பாவும் பேச்சுக்கு நடுவில் சொன்னார். 'குழந்தை சாவித்திரி இங்கே இருந்தால் அவள் முகத்தைப் பார்த்துக் கொண்டாவது நாங்கள் இந்த ஆத்திலே தெம்பாக நடமாடுவோம் போகிறவரைக்கும்', என்றாராம் அந்த அப்பா. இன்னமும் அந்த அப்பாவா? அவளுக்கு இத்தனை வருஷங் களுக்குப் பிறகும் அந்த நினைப்பை ஒதுக்க முடியவில்லையே.

அப்பா அதைச் சொன்ன வாயோடேயே, 'நான் வாயைத் திறந்து என்ன சொல்லுவது, இதெல்லாம் நடக்கிற காரியமா' என்று ஒதுக்கிப் பேச்சை மாற்றிவிட்டார். ஒதுக்கிவிட்டால் அது அழிந்துபோனது என்றுதானே அர்த்தம். அதற்கு அப்புறம் அந்த நினைப்பு இத்தனை வருஷங்கள் கழித்து இன்றுதான் வந்தது. அப்படி நடந்திருந்தால் எப்படிப் போயிருக்கும் தன் நாட்கள்? யூகிக்கப் பார்த்து, எதற்கு நடக்காததைப் பற்றி இப்படி வீணாக என்று விலக்கப் பார்த்தாள். ஆனால் அன்றைக்கு மாதிரி இப்போது அப்படி விலக்கித் தள்ள முடியவில்லை. தன் முகத்தை இனிமேல் பார்ப்பதற்கு என்ன இருந்தது. குங்குமம் இருக்கப் போகிறதா? என்னவோ தலை தப்பித்தது என்று வசனம் சொல்வார்கள். அவள் தலை நிஜமாகவே தப்பித்தது. இந்தக் காலத்துக்கு இது புதுசு இல்லையா? இப்படி யாரும் இருக்கிறதைத் தான் பார்த்தது இல்லை. கேட்டதுகூட இல்லையே. மன்னி சொன்னது பெருமைக்கு இல்லை. நடந்ததுதானே. சுற்றி இருந்த பேச்சை அடித்துத் தன் காரியத்தை நிலை நிறுத்தினாளே. அப்பாகூட ஒரு சமயம் வழக்கத்துக்குக் குறுக்கே நாம் ஏன் போகணும் என்று நினைத்த மாதிரி இறங்கிப் பேசினாரே. வாஸ்தவத்தில் மன்னி தன் முகத்தைக் காப்பாற்றினவள்தான். இல்லாது போனால்? இன்றைக்குக் கண்ணாடியிலே தன் முகத்தைப் பார்த்து . . . அட கோரமே! அவளுக்கு நடுக்கம் எடுத்தது அந்த நினைப்பை மேலுக்குக் கொண்டு வந்து தன் உருவத்தை கற்பனை செய்து பார்த்துக்கொண்டதும்.

இந்த அப்பா உத்யோகஸ்தர் இங்கிலீஷ் படித்தவர். இந்தக் காலத்து மனுஷராக நினைக்கும்படியாக இருந்தாலும் பழைய வழக்கம் புது நாகரிகம் சம்பந்தமாக இரண்டும் கெட்டானாக இருந்தார். மன்னி ரொம்ப முன்னேறினவள். சென்னப்பட்டணத்துப் பெண் இல்லையா. தன்மாதிரி ஆகிற பெண்களுக்கு இந்தக் காலத்தில் மன்னி மாதிரி எத்தனை பேர் கிடைக்கும்? அதில்லாததால் ஊரிலே எப்படிப்பட்டவர்களை எப்படியெல்லாம் . . . அன்றைக்கு அவளுக்கு அதைப்பற்றி சரியா, தப்பா என்று நிதானிக்க முடியவில்லை. பயங்கரமாகத்தான் இருந்தது. கண்டம் தப்பியதே என்றுதான் நிம்மதிப் பெருமூச்சு விட்டாள். ஊர்வாய் என்ன சொல்லும் என்கிறதைப்பற்றி தான் கவலைப் பட்டாளா. பெரியவர்கள் பார்த்துக்கொள்கிறார்கள்.

ஏன், அந்த அம்மாகிட்ட வந்து – யாரோ துக்கத்துக்கு வந்தவர்கள் – இதைப்பற்றிப் பிரஸ்தாபித்தபோது அந்த அம்மாவே என்ன சொன்னாள். 'அவள் சொந்த விஷயம் அது; நாம் தலையிடுவதற்கு என்ன இருக்கு,' வெட்டின மாதிரி சொன்னாளே. இந்தக் காலத்துக் கிராமத்து அம்மாவா அப்படிச்

சொன்னாள்? தன் பிள்ளை போனதோடு தன் மேலே பாத்யதையும் போச்சு என்று முடிவு பண்ணி வந்த வார்த்தையாக இருந்திருக்கும். ஆனால் மன்னி கிட்ட அம்மா புறப்படுவதற்கு முந்தின நாள் சொன்ன வார்த்தை –

'அலமேலு, நாங்கள் கர்நாடகங்கள். எங்களுக்கு இதெல்லாம் தோனவே தோனாது. தோனினாலும் சொல்ல வாய் வந்தாலும் காரியத்திலே காட்டிவிட முடியாது. என்னவோ உன் புண்ணியத்திலே சாவித்திரி அழியாமல் தப்பினாள். அவன் அழிந்து போனதாலே இவளும் அழியணுமா என்ன?'

இந்த வார்த்தைகளுக்கு அர்த்தம்? அம்மா மறைமுகமாக இதை ஏற்றுக்கொண்டுவிட்டாளா. அப்புறம் தோன்றிய நினைப்பிலே அந்த அப்பாகூடச் சொன்னாராமே அப்பா கிட்டே: 'விஸ்வநாதா, நீ உத்யோகஸ்தன். பட்டணத்திலே இருக்கே, சரியோ தப்போ நீ செய்தால் சரியாகப் போய்விடும். ஏற்றுக்கவும் பட்டுவிடும். இந்தக் கிராமங்களுக்கு அவ்வளவு வர இன்னும் எவ்வளவு நாளாகுமோ? இப்போ ஊர் எப்படியோ ஆகிக்கொண்டிருக்கு. நல்லது கெட்டது என்று நாம் அப்போதைக்கு நினைக்கிறதை வைத்துச் சொல்ல முடியுமா?' அப்போது, அப்பாவும் – பாவம் புண்ணியம் அவரவரது என்று நினைத்து வந்த பேச்சாகவும் இருக்கலாம். எதனால் என்ன, 'தாலியை நாய்பிடுங்க' என்கிற, யார் சாபமோ வசவோ பலித்ததோடு தான் தப்பினாள். அன்றைக்கு மன்னி இல்லாவிட்டால் –

இப்போதும் அந்த மன்னிதானே இவ்வளவுதூரம் வந்து விட்டதற்கு விதை போட்டவள். அண்ணா சொல்லித்தான் வெளிப்படையாகத் தெரிந்தது என்றாலும் மன்னி தன் கிட்டவே ஜாடைமாடையாக இதைப்பற்றி ஒரொரு சமயம் – அப்பா செத்ததற்குப் பிறகுதான் – பிரஸ்தாபித்துத்தான் இருக்கிறாள். தனக்குத்தான் அதைச் சரியாகப் புரிந்துகொள்ளத் தெரியவில்லை. காரணம் சொல்லத் தெரியவில்லை. ஒரு காரணமாக இருந்தால் பளிச்சென்று முடிவு செய்ய முடிகிறது. வெளியே சொல்லவும் தோன்றுகிறது. நூறு காரணம் ஒரே சமயத்தில் மனதில் படுகிறபோது பொதுவாகத்தான் சொல்லத் தோன்றுகிறதே தவிர காரணங்களைச் சொல்வதற்குக்கூட தயங்கவேண்டி இருக்கிறது. ஏன், எந்தக் காரணம் சரியானது, அழுத்தமானது, பொருத்தமானது, நிற்கும் என்று சீர்தூக்கிப் பார்ப்பதற்குப் பொறுமையோ இணக்கமோ ஏற்படாத நிலையில் முடிவைத்தான் முன்னுக்குத் தள்ளிவிடத் தோன்றுகிறது.

ஆனால் அப்பவும் சரி, இந்த ஆறு மாதமாகவும் சரி, அண்ணா வேறு ஒரு காரணத்தை வெளியே முன் வைத்தது

கிடையாது. ஏன், முடிவைக்கூட தாங்கள் ஏற்கும்படியான வழியிலேயேதான் செய்துவிட்டான். அப்பாவுக்குப் பிறகு அண்ணா, தனக்காக அவன் நினைக்கிறபோது – அவனை ஒட்டி மன்னி – தன் வழிக்கு அவசியம் இல்லை என்றுதான் தோன்றியது. விஷயம் லேசாக முடிந்துவிடும் என்று நமக்குள் ஒரு நிச்சயம் ஏற்பட்டுவிட்டால் அப்புறம் அதன் மேலேயே தான் கட்டிடம் உயருகிறது. அக்கம்பக்க நினைப்புகளே வருவதில்லை. கண்பட்டை போட்ட குதிரைக்கு முன் உள்ள வழி மாதிரிதான். ஆனால், அப்புறம் பத்துச் சிம்பு மூலைக்கு மூலை வெடிக்கிறபோது.

கடுதாசி எழுதிக் கேட்டு அவர்கள் இசையவில்லை என்றால் அப்புறம் என்ன செய்வது என்று அப்போது யோசித்துப் பார்த்திருந்தால் அண்ணா வேறு என்ன மாற்று யோசனை செய்திருப்பானோ. ஏன், தனக்கும்தான் அது தோன்றவே இல்லை. இதற்காக கோர்ட்டுக்குப் போகிறது என்று அவள் அறிந்து கேட்டதில்லையே. ஏதோ இல்லாதவர்களுக்குப் புக்ககத்தில் ஒருத்திக்குச் சாப்பாட்டுக்குத் துணிக்கு ஏற்பாடு செய்வார்கள், அவர்களேயோ அல்லது யாராவது மூன்றாம் மனுஷர்கள் பரிந்துபோய்ச் சொல்லியோ. அதை வைத்துக் கொண்டு அந்தப் பாட்டி இருந்தாள், இந்தப் பாட்டி இருந்தாள் என்றெல்லாம் கேள்விப்பட்டிருக்கிறாள். அந்தப் பக்கத்திலே இல்லை, வேறே எந்த ஊர்ப் பக்கங்களில் நடந்திருக்கோ. வடக்கே எங்கேயோ நடந்திருப்பதாக யாரோ கதையாகச் சொல்லிக் கேட்ட ஞாபகம். அதுதான் அந்த மாதிரி முதல் கேஸ் என்று ஊர் ஊராகப் பேர் வந்துவிட்டதே. இப்படித் தன் விஷயம் வரும் என்று அவள் எதிர்பார்த்தாளா என்ன? அண்ணாகூட எதிர்பார்த்திருக்கவே மாட்டான்.

ஆனால் எப்படி ஏற்பட்டது? ஒன்று நியாயம் என்று அவனுக்குள் பட்டிருந்தது, இன்னொன்று நியாயம் என்று இன்னொரு பக்கத்திலே இருந்து வந்தது. உலகத்திலே எப்பவுமே இரண்டு நியாயம் வந்து எந்த விஷயத்திலும் மோதிக் கொள்கிறது. இரண்டு பேருக்கும் தன்னதுதான் நியாயம் என்று படுவது மட்டுமல்ல. பொது நியாயமே படவில்லையே. அதனாலே மூன்றாம் மனுஷர்களுடைய நியாயமாக எதையும் பார்த்து முடிவு கட்டவேண்டிய அவசியம் ஏற்பட்டுவிடுகிறது. இன்னும், இரண்டு நியாயங்களும் மோதுகிறபோது சூடு பறக்கிறது. அடுத்து ரோஸம், வீம்பு, பழி இப்படித்தானே போய் முடிகிறது. இப்போது இந்த கேஸ் வீம்பில் வந்து நின்று இருக்கிறது. இந்த வீம்பு வராமல் தடுத்திருக்க முடியாதா? யார் மேலே குற்றம் சொல்வது? குற்றம் சொல்வதற்காக என்று சொல்ல முடியுமா? அண்ணாவும் இப்போது என்ன

சொல்கிறான். கோர்ட் பார்த்துக் கொடுக்கிறதை வாங்கிக் கொண்டு போகிறோம் என்கிறான். இதே மாதிரி அந்த அப்பாவும் அம்மாகிட்ட சொல்லிக்கொண்டிருப்பார். கோர்ட் பார்த்துக் கொடுக்கச் சொன்னதைக் கொடுத்துவிட்டுப் போகிறோம் என்றுதானே.

இந்த ஆறு மாசமாக கேஸை கோர்ட்டில் எடுத்த பாடில்லை. எடுக்கிறதுக்கு இத்தனை நாட்கள் என்றால் எவ்வளவு நாட்கள் நடக்கும். ஹைகோர்ட், பிரீவி கவுன்சில் வரைக்கும் போய்ப் பார்க்காமல் விடுகிறதில்லை என்று மூர்க்கமாக அண்ணா சொல்கிறான். அந்த கோர்ட்டுகள் அவர்களுக்கும்தானே. நமக்குள்ளேதான் நியாயம் இரண்டு தினிசாகப்படுகிறது. கோர்ட்டிலேயும் அந்த மாதிரியா. சின்ன கோர்ட் நியாயம், பெரிய கோர்ட் நியாயம் என்று இரண்டு தினிசா. இதிலே நியாயம் கிடைக்காவிட்டால் அதிலே கிடைக்கலாமாம். அப் போது, இந்த நியாயம் எங்கேதான் நிலையாக இருக்கு. தன்னை விட்டு வெளியேபோய் நியாயத்தைத் தேட ஆரம்பித்தால் நியாயத்தைக் கண்டுபிடித்தாற்போல்தான். ஆட்டைத் தோளில் போட்டுக்கொண்டு தேடினவன் கதையாகத்தான் இந்த நியாயத்தைத் தேடுவது. அவளுக்குச் சிரிப்பு வந்தது மனசுக் குள்ளே. நியாயத்தின் சரியான முகத்தை அவனவன் தனக்குள்ளே இருந்து பார்த்துக்கொள்ள முடியாது போனால் அது எத்தனை முகத்தோடு நான்தான் நான்தான் என்று வந்து மாரீசமானாக ஏமாத்தப் பார்க்கிறது.

சரி, போகிறது, தும்பை விட்டாகிவிட்டது. வாலைப்பிடித் தாவது கன்றுக்குட்டியை நிறுத்திப் பார்க்கலாம் என்று பார்த் தால் – அண்ணாவும் மன்னியும் இன்றைக்குப் பேசிக்கொண் டது? ஊர்க்காரர்கள் நாலும்தான் பேசுவார்கள் என்று அண்ணா வுக்குச் சொல்லிவிட்டு, ஊர்க்காரர் பேசிக்கிறது காதிலே விழு கிறது, என்கிறாள். இன்னும் – 'எச்சிப்போன கையை யார் சொன்னாலும் எடுக்கும்.' 'செய்கிறது யாருக்கும் தெரியாது.' 'என்னைத்தான் சொல்லிக்கணும்.' இதெல்லாம் பேச்சு என்று பேச்சு வந்ததினாலே, வார்த்தையிலிருந்து வார்த்தை வந்ததி னாலே மன்னி சொன்னதாக எடுத்துக்கொள்வதா, இல்லை கோடித்துச் சொன்ன மாதிரி மனதிலே உள்ளே எங்கேயோ எப்படியெல்லாமோ இருக்கிறதைக் காட்டுவதாக எடுத்துக் கொள்வதா? அண்ணா, மன்னி, தான் இந்த மூன்று பேர் கொண்டதுதானே இந்தச் சுற்று. அண்ணாவுக்கு இதெல்லாம் சொல்லிக்காட்டவேண்டிய அவசியம் இல்லை. என்னதான் சமயத்தில் ஒரு வாக்குவாதம் பண்ணிக்கொண்டாலும் புருஷன் மனைவி ஒன்றுதானே. அப்போது தனக்காகவா? தன் மனதில் ஏதாவது இப்படித் தோன்றி இருக்குமோ என்பதற்காக முன்

அணை போட்ட பேச்சா மன்னி சொன்னதெல்லாம். தனக்கு இதெல்லாம் இன்னும் தோன்றவேயில்லையே. மன்னிக்குத் திடீரென்று தன் மேலே என்ன சந்தேகம் அப்படி. ஏதாவது வந்துவிட்டதா. இல்லை, தன் மனதிலே என்ன இருக்கு என்று ஆழம் பார்த்து வெளியே கொண்டு வரப் பார்த்த முயற்சியா.

ஏன், அண்ணா பேச்சும்? அப்பா இருந்து ஒரு வழியாக முடித்துத் தொலைத்திருந்தால், என்று சள்ளையில் அப்பாவைச் சொல்கிறான். 'உன் பேச்சைக் கேட்டு,' என்று மன்னியைச் சொல்கிறான். சின்னப் பயலாக, தான் பேர் எடுக்க வேண்டி இருக்கு என்றுதான் பயப்படுகிறான். 'இந்தக் காசு வந்துதான் சாவித்திரி சாப்பிட்டு ஆகணும் என்பதில்லை. என் தங்கையை நான் கடைசிவரைக்கும் பார்த்துக்கொள்ளப்போகிறவன்தான். ஆனால் நியாயம் ஒன்று இருக்கிறது. வாங்காமல் விடப்போகிற தில்லை' என்கிறான். இதெல்லாம் அவன், பேச்சுக்குப் பேச்சாக மன்னியிடம் சொன்னானா? மன்னிக்காக இதை அவன் சொன்னான் என்று எடுத்துக்கொள்ள... இதெல்லாம் மன் னிக்குத் தன் முன்னாலே சொல்லி ஆக வேண்டிய வார்த்தை கள் இல்லையே. கடைசிவரைக்கும் தன் தங்கையைப் பார்த்துக் கொள்ளப்போகிறவன்தான் தன் அண்ணா. யார் இல்லை என்று சொன்னது. தனக்கு அவன் ஒருவன்தானே. மன்னி சொன்னதற்குப் பதில் பேசுகிறபோது இதைத் தன் முன்னாலே அழுத்திச் சொல்ல பிரமேயம்? 'மன்னி சொன்னதில் உண்மை இல்லாமல் இல்லை' என்றானே. ஏதோ தான் உண்மையிருக்கு இல்லை என்று சந்தேகப்பட்டதாகக் காட்டிக்கொண்ட மாதிரி யும் அதற்குச் சமாதானமாக அதோடு மன்னிக்கும் சமாதான மாகவும் சேர்த்துச் சொன்னமாதிரி – இதெல்லாம் அவசியமா இப்போது தன் காதுக்கு? இல்லை, தன் மனசுக்கு. 'இதிலேயே மூன்று பார்வைகள் இருக்கு. நான், மன்னி, நீ என்றானே அண்ணா. தன் பார்வை என்று இப்போது ஒன்று இருக்க இடமிருக்கா. இப்படி வார்த்தைகளில் அடைபடும்படியாக மேல் மனதில் உருவாகித் தோன்றின நினைப்புகள் வர அதோ டேயே அடி மனதிலே பிரக்ஞை இழக்கிற நிலையிலே, இல்லை பிரக்ஞை வருகிற நிலையிலே தோன்றுகிற மாதிரி உரு இல் லாத நினைப்பு நிழல்கள் எழுந்ததும் எழாமலுமான நிலை யிலேயே உண்டாகி உண்டாகி அழிய, அவள் தன் நினைப்பு உலகத்திலிருந்து கனவு உலகத்துக்குள் செல்லத் தன் முயற்சி எதுவும் செய்யவேண்டி ஏற்படவேயில்லை.

6

நினைப்பு உலகத்திலிருந்து கனவு உலகத்திற்குள் செல்வதும் கனவு உலகத்திலிருந்து நினைப்பு உலகத்திற்குத் திரும்புவதும் மனிதனுக்கு மனக்கூறு ரீதியாக இயல்பானது. ஆனால், நடப்பு உலகம் இந்த இரண்டையுமே ஒன்றாகக் கருதி தன்னிலிருந்து வித்தியாசப்படுத்திதான் வைத்திருக்கிறது. தன் கனவு பலிக்காததை, இதுதான் என்று தான் கருதிய இன்ப இதழ் விரிக்க ஆரம்பிக்கவுமே கிள்ளி எறியப் பட்ட வாழ்க்கை புஷ்பமாகத் தான் ஆகிவிட்டதை சாவித்திரிக்கு அன்று நடந்தது உணர்த்திவிட்டது. அதோடு இன்று – 'தன் பார்வை என்று ஒன்று இருக்கா' என்று தன்னையே கேட்டுக்கொண்டு கண்ணயர்ந்தாளே அன்றிலிருந்து சுமார் இரண்டு வருஷம் கழிந்த ஒரு நாளன்று – நினைப்பும்கூட பலிப்பது அப்படி அப்படித்தான் என்பதையும் இன்றைய நடப்பு அவளுக்கு மெதுவாகப் புரிய வைத்துக் கொண்டிருந்தது. நினைப்பு, கனவு, நடப்பு இந்த மூன்றுக்கும் வாழ்க்கையில் உள்ள உரிய இடம் பற்றி அவளால் எதுவும் தீர்மானிக்க முடிய வில்லை. எதையும் நம்பி திட்டமாகத் தொடரவும் முடியவில்லை.

வெங்கடேஸ்வரன் அன்று கோர்ட்டிலிருந்து திரும்பியபோது அவன் முகம் எப்படி விழுந்து இருந்தது என்பதை அவள் விவேகமாகக் கவனித்து விட்டாள். இது அவளுக்கு அப்படி ஒன்றும் திகைப்பைத் தந்துவிடவில்லை. சாதாரணமாகத் தான் ஏற்றுக்கொண்டாள். ஆரம்பத்தில் எல்லாம்,

வந்ததும் வராததுமாக அன்று கேஸ் என்ன ஆச்சு என்று மன்னியோ தானோ ஆவல் காட்டி அறியக் கேட்டதும், அண்ணா வந்ததும் வராததுமாகக் கொட்டிப் பேசியதும் போய் எவ்வளவு நாளாகிவிட்டது என்று தனக்குள் சொல்லிக் கொள்ளும்போது அவளுக்குக் கிடைத்த பதில் ஒரு பெருமூச்சு உருவில்தான் வந்தது.

தாங்கள் அதைப்பற்றி பிரஸ்தாபிக்க அண்ணா எதிர்பார்த்த தோற்றம் காட்டி நடந்துகொண்டதும் தாங்கள் அண்ணாவாக வாய் அசைப்பதை எதிர்பார்த்து இருந்ததும் கிளித்தட்டு மறியலாக இருந்தது கொஞ்சநேரம். என்னதான் இருந்தாலும் அண்ணாதான் ஜயித்தான். மன்னிதான் வாய்விட்டு இழுத்துக் கேட்டாள், ‘என்ன, இன்றைக்கும் ஒத்திப் போட்டாச்சா?’

எப்படி அதற்குப் பதில் சொல்வது, என்ன தக்க வார்த்தை களைப் போட்டு தன் கசப்பையும்கூட தகவலோடு சேர்த்துச் சொல்வது என்று அண்ணா தயங்கின மாதிரியும் அவளுக்குத் தோன்றியது. சாவித்திரி இப்போது யாரும் சொல்கிற எந்த வார்த்தையையும் உச்சரிக்கப்பட்ட விதம், உபயோகப்படுத்தப் பட்ட சந்தர்ப்பம் இவற்றைக்கொண்டு நிதானிக்கிற பயிற்சி பெற்றவளாக இருந்தாள். எதையும் போகிறது என்று உதறி விடக் கூடியவளாக இல்லை.

‘ஒத்திப் போட்டால்கூட எவ்வளவோ தேவலையே’ என்று சொல்லி நிறுத்தினான் வெங்கடேஸ்வரன்.

சாவித்திரியும் அலமேலுவும் திகைத்தவர்களாக அவன் முகத்தைப் பார்த்தார்கள். ‘வேற என்ன கரடி புகுந்துகொண்டு விட்டது’ என்று மன்னிதான் கேட்டாள். ‘பழய ஜட்ஜ் தேவலை என்று பண்ணிவிட்டாரோ இந்தப் புது ஜட்ஜ்? கேஸ் என்றால் இவர்கள் பாட்டுக்கு நடத்த வேண்டியது தானே? அவர்கள் வாங்குகிற சம்பளத்துக்கு . . .’

மன்னி பொரித்துக் கொட்டி ஆரம்பிக்கவும் அண்ணா அவள் பக்கம் திரும்பினான். மன்னியும் கொஞ்சம் பேச்சைத் தளர்த்தினாள் அண்ணா சிரிப்பதைக் கண்டதும். ‘ரொம்ப சரி, உன்னைக் கேட்டு அவர்கள் எப்படி நடந்துகொள்ள வேண்டும் வாங்குகிற சம்பளத்துக்கு என்பது அவர்களுக்குத் தெரியவில்லையே. எனக்குத் தெரிகிறது’ என்று சாவித்திரியின் முகத்தைப் பார்த்தான்.

‘என்னைக் கேலி செய்வது இருக்கட்டும். இன்னிக்கு என்ன ஆச்சு. அதைச் சொல்லாமல் . . . கேஸை எடுக்கவே இல்லையா?’ மன்னி கேட்டாள்.

‘இல்லை, எடுத்தார்கள்’ என்றான் அண்ணா சாவதானமாக.

‘என்ன நடந்தது அண்ணா?’ சாவித்திரி கேட்டாள், தெரிந்து கொள்ளக் காட்டிய ஆவல் லேசாகக் கலக்க.

‘கோர்ட்டுக்கு வெளியே இந்த வழக்கை சமரசமாகத் தீர்த்துக் கொள்ள ஒரு கடைசி முயற்சி செய்யச் சொல்லிவிட்டார் ஜட்ஜ் வக்கீல்களிடம்’, என்று கசப்புத் தட்டுகிற குரலில் சொன்னான் வெங்கடேஸ்வரன். ‘ஒரு இரண்டு மாசம் அவ காசம் அதுக்கு.’

‘என்னது?’ என்று சாவித்திரி, அலமேலு இருவரும் சேர்ந் தாற்போல் கேட்டார்கள். அப்படி ஒரு ஏற்பாடும் கோர்ட்டி லிருந்து யோசனை கூறப்படும் என்று அவர்கள் எப்படி எதிர் பார்த்திருக்க முடியும்?

‘இந்த யோசனையை அவர்கள் சொல்வதற்கா இந்த இரண்டரை வருஷமாகக் கால் முறிய கோர்ட்டுக்கு நடந்தது?’ என்றாள் அலமேலு ஏளனச் சிரிப்புடன். ‘கோர்ட்டுக்கு வெளியே, தீர்த்துக்கொள்ள முடிந்தால் இவர்கள் காலில் போய் விழுவானேன்?’

‘அந்த மாதிரி தங்கள் காலில் விழ வேண்டாம் என்றுதான் அவர்களும் சொல்கிறார்கள். அதுதான் இதற்கு அர்த்தம், புரிகிறதா?’ என்றான் வெங்கடேஸ்வரன். ‘பழைய ஜட்ஜ் மாற்றிப் போகிறபொழுது கேஸை இவர் கிட்ட ஒப்பிக்கிறபோது தன் யோசனையையும் சேர்த்து, சொல்லிக் கொடுத்துவிட்டார் போலிருக்கு.’

சாவித்திரிக்கு எதுவும் பேசத் தோன்றவில்லை. அண்ணாவும் மன்னியும் பேசிக் கொள்வதைக் கேட்டுக்கொண்டிருப்பதற்குத் தான் அவள் மனசு இணக்கம் காட்டியது.

அலமேலு சொன்னாள்; ‘ஏதோ ஒன்றரை வருஷம் கழித்து இந்தக் கேஸை ஒருமட்டுக்குப் புது ஜட்ஜாவது வந்து எடுத்துக் கொண்டாரே என்று சந்தோஷப்பட்டோம். அவரும் ஆறு மாசத்தைத் தள்ளிவிட்டு ஏதோ பெயருக்குச் சொல்கிறாராக் கும்? காசிக்குப் போனாலும் கர்மம் தொலையாது என்கிற வசனம் மாதிரி கோர்ட்டுக்குப் போனாலும் இந்த சமரசம் விடாதுபோலே இருக்கு.’

‘நம்மைக் கூப்பிட்டு இவரும் எங்கே விசாரித்தார். எல்லாம் வக்கீல்கள் மூலமாகத்தான் யோசனை’ என்றான் வெங்கடேஸ் வரன்.

‘இதிலே உங்க அப்பாவுக்குத் தெரிந்தவராக வேறே போய் விட்டார்.’

'இதற்காக நமக்குத் தெரிந்தவர்கள் இல்லாத கோர்ட்டு எதுன்னு தேடித்தான் போகணும். கேலிக்கூத்து,' என்றான் வெங்கடேஸ்வரன் கேலியாக. 'நம்ப வக்கீலே அப்படித்தானே சொல்கிறார் ஜாடைமாடையாக. நான் காதிலே போட்டுக்காத மாதிரி காட்டிக்கொண்டு விடுகிறேன். அவருக்கே அவ்வளவு ...'

'அப்போது வேறே வக்கீலைப் பாருங்களேன்' என்று அல மேலு சடக்கெனச் சொல்லிவிட்டாள். 'கையாலாகாத வக்கீல் எதற்கு ...'

வெங்கடேஸ்வரன் அவளை இடைமறித்தான். 'இதோ பாரு. உலக இயல்பு அப்படி லெகுவாக நமக்குப் புரிந்து விடாது. நாலும்தான் இருக்கும். நாம் நினைக்கிறபடி எதுவும் முழுக்க உடனே நடந்துவிடும் என்று நினைக்கிறது ரொம்ப ரொம்ப தப்பு. எனக்கும் அது கொஞ்சம் புரிகிறது' சொல்லிவிட்டு சாவித்திரியைப் பார்த்தான். சாவித்திரி, முகத்தில் எவ்விதக் கிளர்ச்சிக் குறியும் காட்டாதவளாக, இந்தப் பேச்சில் தான் என்ன வார்த்தை கலக்க இருக்கிறது என்று நினைத்து சும்மா இருக்க விரும்புவதாகக் காட்டிக்கொண்டாள். அதை வெங்க டேஸ்வரனும் யூகித்துவிட்ட மாதிரி சாவித்திரிக்குப் பட்டது.

'நீதான் இப்படி எல்லாம் அலட்டிக் கொள்கிறாய். சாவித் திரியைப் பார். ஒரு வார்த்தை விடுகிறாளா?' என்று வெங்க டேஸ்வரன் சேர்த்துச் சொன்னபோது அந்த வார்த்தைகள் அவளை ஊசிக்குத்து மாதிரி தொட்டு எழுப்பின. தான் அந்த மாதிரி ஒருநிலை எடுத்துக்கொண்டது – தன் முயற்சியாலோ இல்லாமலோ – தப்போ என்று கண நினைப்பு எழுந்தது. அதைக் குத்திக் காட்டத்தான் இப்படி அண்ணா தன்னைத் தூக்கி வைத்து மன்னியைக் கொஞ்சம் இறக்கிப் பேசினானோ என்று பட்டது. மன்னி இந்த வார்த்தைகளுக்கு அண்டைக் கொடுத்துப் பதில் சொல்லப் போகிறாள் என்பது அவளுக்கு இரட்டை நிச்சயம். மன்னி சுபாவமே அதுதானே. ஆனால் அன்றைக்கு மன்னி ஏதேதோ சொன்னாளே அதே மாதிரி இன்றும் ஆரம்பித்து விட்டால்? இப்போது இருக்கிற சள்ளை யில் அண்ணாவும் பதிலுக்கு ஏதாவது ஆரம்பித்து விட்டானா னால்? தான் இரண்டொரு வார்த்தைகள் சொன்னால்தான் நடக்க இருக்கும் ஒருவிதப் பேச்சுப் போக்கைத் திசை திருப்ப முடியும் என்று அனுமானித்துவிட்டாள்.

'அண்ணா, மன்னி எனக்கும் சேர்த்துத்தான் பேசுகிறாள். எங்களைப் பிரித்துப் பேசாதே' என்றாள் சாவித்திரி. அண்ணா வின் முகத்தைப் பார்த்துவிட்டு மன்னியின் முகத்தில் தன் கண்களைப் பதித்துக்கொண்டே மன்னி இதற்கு என்ன தொடரப் போகிறாள் என்று எதிர்பார்த்த மாதிரி இருந்தது.

அதற்குள் வெங்கடேஸ்வரனே முந்திக்கொண்டான். 'அடடா, நாத்தனாரும் மதனியும் இவ்வளவு ஒற்றுமையாக – புலியும் ஆடும் ஒரு துறையில் ஜலம் குடிப்பதைப்போல ஆச்சரியம்தான்!' கலகலவெனச் சிரித்தான். சாவித்திரியும் மன்னியும் பார்த்த பார்வை அவன் சிரிப்பைத் தடுக்காவிட்டாலும் 'உலக இயல்பைச் சொன்னேன்; அவ்வளவுதான்' என்று சேர்க்கச் செய்தது.

'மன்னி, அண்ணா கொஞ்சம் முந்தி சொன்னது ஞாபகமிருக்கா?' என்று திடுதிப்பெனக் கேட்டாள் சாவித்திரி.

'என்னது?' அலமேலுவும் வெங்கடேஸ்வரனும் கேள்விக்குறி ஓடும் முகத்துடன் கேட்டார்கள்.

'கேஸ் விஷயமாகப் பேசுகிறபோது சொன்னானே, உலக இயல்பு அப்படி லெகுவாகப் புரிந்துவிடாது என்று. நம் விஷயத்தில் உலக இயல்பு அண்ணாவுக்கு ரொம்ப புரிந்திருக்கிறது பார்த்தாயா?' என்றாள் சாவித்திரி. மூவரும் சேர்ந்து சிரித்தார்கள்.

'விளையாட்டுப் பேச்சு இருக்கட்டும். கோர்ட்டார் யோசனைக்கு என்ன பதில் சொல்லப் போகிறீர்கள்' என்று கேட்டாள் அலமேலு.

'நீதான் யோசனைக்காரி ஆச்சே, சொல்லேன்' என்றான் வெங்கடேஸ்வரன் கிண்டலாக.

சாவித்திரிக்கு மறுபடியும் சடக்கென அன்றைய பேச்சு ஞாபகம் வந்தது. 'உன் பேச்சைக் கேட்டு' என்று அண்ணா சொன்னது எவ்வளவு தூரம் வார்த்தைகள் வளருவதற்கு வழிவிட்டது! அதே மாதிரி இன்றும் ஒரு ஆவர்த்தனம்? மன்னி முகத்தைப் பார்த்தாள், என்ன வார்த்தையை உதிர்க்கப் போகிறாளோ என்ற பயத்துடன்.

அலமேலு படபடத்துச் சொல்லவில்லை. 'நீங்கள்தான் இதில் மூன்று பார்வை இருக்கிறது என்றீர்களே. அந்த மூன்றாவது பார்வையைக் கேளுங்களேன்' என்றாள். மந்தமானதா, நேர்மையானதா, கபடமானதா என்று முடிவு செய்ய முடியாத ஒரு புன்னகையுடன் சாவித்திரியைப் பார்த்தாள்.

மன்னி சாதுர்யமாக நடந்துகொண்டு விட்டதைக் கண்டாள் சாவித்திரி. மன்னியின் அக்கறை இப்போது இதில் குறைந்து விட்டதா? இல்லை தன்னை ஆழம் பார்க்கவா? சற்றுத் தடுமாறினாள். சமாளிப்பதற்குக் கொஞ்சம் அவகாசம் வேண்டித்தான் இருந்தது. 'தன் பார்வை என்று ஒன்று இருக்கா'

என்று அவள் தனக்குள் அடிக்கடி கேட்டுக்கொண்டு இப் போது தன் வழியே நினைக்கவும் தோன்றி இருந்தது. 'சாவித் திரி நினைப்பது வேறே, நீ நினைப்பது வேறே என்று ஒன்று இருக்குமானால் நீ கையெழுத்துப் போடச் சொன்னபோதே நான் பிடிவாதமாக மறுத்திருக்க மாட்டேனா, அண்ணா' என்று அன்று அழுத்திச் சொன்னது இப்போது ஞாபகம் வந்தது. இந்த ஞாபகங்கள், வேறெந்தச் சந்தர்ப்பத்திலோ எப்பவோ நிலவிய சூழ்நிலையிலோ தோன்றிய நினைப்புகள், வெளியே விடப்பட்ட வார்த்தைகள், மீண்டும் எவ்வளவு தெளிவாக எப்படி சமயத்துக்குப் பொருத்தமாக வந்து குதிக் கின்றன. நினைப்பு, கனவு, நடப்பு இந்த மூன்றையும்விட இந்த ஞாபகங்கள் இன்னும் அழுத்தமாக நம்மைப் பாதிக்கின்றன.

இந்த ஞாபகங்களின் பாதிப்பு தன்னைப் பேச்சில், நடத்தை யில் காட்டிக்கொடுத்து விடாமல் இருக்க வேண்டுமே என்ற சிரத்தை அவளுக்குள் ஏறி இருந்தது. குறிப்பாக இன்னதுதான் காரணம் என்று அவள் தனக்கு விளக்கிச் சொல்லிக்கொள்ள முடியவில்லை. காரணம் தெரியாமலே எத்தனையோ பாதிப்பு களுக்கு நாம் உள்ளாகி நாம் எடுத்துக்கொண்ட முன் நிலை யிலிருந்து பிறழ்ந்து விடுகிறோம். ஒன்றை இறுக்கிப் பிடித்துக் கொள்ள வேண்டும் என்றுதான் நாம் நினைத்துச் செய்கிறோம். நம்மை அறியாமலே கைப்பிடி தளர்கிறது. அது போலத்தான் இதுவும். சரி, போகட்டும். மன்னி திருப்பிவிட்ட பேச்சுக்கு வகை எப்படி?

'அண்ணா, மூன்றாவது பார்வை ஒன்று இருப்பதை நான் ஏற்றுக்கொள்கிறேன். இப்போது அது தெரிவதற்கு என்ன அவசியம் திடீரென வந்துவிட்டது என்பதுதான் எனக்குப் புரியவில்லை.' சாவித்திரி வெடுக்கெனச் சொன்னாள் சிரித்துக் கொண்டு, அந்த வார்த்தைகளைவிட சிரிப்பில் குத்தல் இருந்த தாக அலமேலுவுக்குப் பட்டிருக்க வேண்டும். அது அவள் பதில் திருப்பிய போக்கில் தெரிந்தது.

'ஒரு தடவை யோசனை சொல்லிவிட்டுப் பட்டிருக்கிற அனுபவம், கிடைத்த பேச்சு போதாதா?' அலமேலு சொல்லி விட்டுக் கொஞ்சம் நிறுத்தினாள். பிறகு 'அவரவர் வழியை அவர்களேதானே முடிவு செய்து கொள்ளணும்' என்றாள்.

'போகிறது, இந்தப் பெரிய உண்மையை நாலைந்து பெற்ற தற்குப் பிறகு நீ அறிந்துகொண்டாயே, அந்தமட்டுக்கு நல்லது தான்,' என்று வெங்கடேஸ்வரன் சிரித்தான். 'இப்போது நீயோ சாவித்திரியோ புதுசாக யோசனை பண்ணிச் சொல்வதற்கு என்ன இருக்கு? முதலில் அந்த சுந்தரமய்யர் வந்தார். அப் புறம் அந்தக் குப்புசாமி சாஸ்திரிகள் நடுவிலே வந்தார். இப்

போது நம்ம வக்கீலும் அவர்கள் வக்கீலும் நமக்காகப் பேசு வார்கள். பேசட்டுமே, நாம் சம்மதித்துத்தானே எதுவும் நடக்கணும். பார்ப்போம்.'

வெங்கடேஸ்வரன் கொஞ்சம் வாய்விட்டே இந்தச் சமரசம் சம்பந்தமாகப் பேசிவிட்டான் என்பதை சாவித்திரி உணர்ந்தாள். நாம் சம்மதித்துத்தானே எதுவும் ஆகணும். அதைத் தனக்குள் திரும்பச் சொல்லிக்கொண்டாள். அது உணர்த்துகிற மனப் பான்மை? இந்த இரண்டரை வருஷ கோர்ட் அனுபவத்துக்குப் பிறகும் அண்ணா தன் பிடியைத் தளர்த்தவில்லை. இல்லை – தளருகிறதை மறைக்கத்தான் அவ்வளவு அழுத்திச் சொல்கிறானா? குப்புசாமி சாஸ்திரிகளுக்கு அவன் சொன்ன பதில்? 'இப்போது பதினைந்து ரூபாய்க்கு வந்திருக்கிறீர்கள், இல்லை ஒரு செய் நிலம் அனுபவ பாத்யதை – ரொம்ப தாராளம்தான்' சொல்லி ஏளனமாகச் சிரித்து, 'அப்புறம் அந்தக் கணபதி பயலுக்குத்தானே? ரொம்ப சரி. பெரியவர்களை எதுக்கு அவர் இவ்வளவு சிரமப்படுத்தி இருக்கணும். போகாத ஊருக்கு வழி காட்ட' அண்ணா முறித்துப் பேசினான்.

இன்றும் அதே நிலை. இதை எல்லாம் நினைத்துக்கொண்ட சாவித்திரிக்குத் தான் அந்தச் சமயத்தில் எந்தவிதமாகப் பேசுகிறது என்றே தோன்றவில்லை. அண்ணாவுக்குத் திட்டமான ஒரு நோக்கம் இருந்தது. என் மன்னிக்கும்தான். இதிலே வெற்றி யடைய வேண்டும் என்ற தீர்மானம். அந்த அப்பாவுக்கும் அப்படித்தான் இருக்குமோ.

'என்ன சாவித்திரி, பெரிய யோசனையில் ஆழ்ந்துவிட்டாயா?' என்று அண்ணா கேட்டபோதுதான் சுதாரித்துக்கொண்டாள். 'இல்லை அண்ணா, நான் யோசிப்பதற்கு என்ன இருக்கிறது என்பதுதான் என் யோசனை.' சிரித்து மழுப்பினாள். கேஸைப் பற்றிப் பன்னிப்பன்னி பேசவே அவளுக்குப் பிடிக்கவில்லை. அந்த கேஸே இப்போது எதற்கு என்றுகூட புரியாமல் திகைப்பு கூட பல சமயங்களில் ஏற்பட்டது. கேஸ் ஆரம்பமானபோது மிக எளிமையானதாக இருப்பதாகப் பட்டது. இப்போது அதிலே ஏற்பட்டுள்ள சிக்கல்கள் அவளுக்குப் புதிர்களாகவே தோன்ற ஆரம்பித்தன. இந்த இரண்டு வருஷம் அவளுக்குப் புதிதாக ஒரு விஷயத்தின் பல பக்கங்களை ஏதோ புரட்டிக் காட்டிக்கொண்டிருக்கிற மாதிரி அவளுக்குப் பட்டது.

மன்னியின் பேச்சு அவள் காதுகளில் விழுந்தது. 'சாவித்திரி யின் யோசனைகள் எல்லாம் இப்போது அந்தக் கணபதியைப் பற்றி இருக்கும்.'

'மன்னி!' சாவித்திரி கூவிவிட்டாள்.

‘நான் என்ன அப்படித் தப்பாகச் சொல்லிவிட்டேனாடி யம்மா?’ அலமேலு ஏதோ திடுக்கிட்டவள்போல பாசாங்குக் குரலில் கேட்டாள்.

‘கணபதி ஞாபகமா, எந்தக் கணபதி?’ வெங்கடேஸ்வரன் எதுவும் யோசியாமல் கேட்டான். ஒரு விநாடிதான். சமாளித்துக்கொண்டு ‘ஓ அவனா?’ என்று சொல்லிக்கொண்டான். ‘அவன் ஞாபகம் இப்போது எதுக்கு வந்தது?’

‘அவன் ஞாபகம் எப்போது போச்சு’ என்று கேளுங்கள்’ என்றாள் அலமேலு சிரித்துக்கொண்டு.

‘மன்னி!’ என்று மறுபடியம் குரலை உயர்த்திச் சொன்னாள் சாவித்திரி. ‘இதெல்லாம் இப்போ எதுக்குப் பேச்சு?’

‘சரி, வாயை மூடிக்கொள்கிறேனம்மா.’ அலமேலு பிகுவாகச் சொல்லி நிறுத்தினாள். ‘உள்ளதைச் சொன்னேன்.’

‘எனக்கு நோப்பாளம் வரவில்லை மன்னி’ என்றாள் சாவித்திரி வெடுக்கென்று.

‘நான் அப்படிச் சொன்னேனா? உங்க தங்கையைப் பாருங் களேன்’ என்றாள் அலமேலு, கணவன் ஆதரவை எதிர்பார்த்த வள் போலவும் அவனையும் இதில் கலக்கச் செய்ய முயற்சித்தது போலவும்.

‘உன் வசனத்தின் பின்பாதி அதுதானே?’ என்றான் வெங்கடேஸ்வரன். ‘அது போகிறது. அந்த உறவெல்லாம் என்றைக்கோடு போச்சே. இப்போ அதெல்லாம் மனசுலே திருப்பிக்கொண்டு பிரயோசனம்?’

‘அண்ணா, மன்னிதான் சொன்னாள் என்றால் நீயும் அதற்கு மேலே வார்த்தைகளைச் சேர்க்கிறாயே’ என்றாள் சாவித்திரி இடைமறித்து. பரிகாசமோ மனப்பூர்வமோ – தன் உணர்ச்சிகளைப் பற்றிய ஒரு பிரஸ்தாபமோ அதைப்பற்றி அபிப்ராயமோ பரிமாறிக் கொள்ளப்படுவதை அவள் விரும்ப வில்லை. கணபதியைப் பற்றி அவள் இன்னும் சமயம் வரும் போதெல்லாம் தன்னையும் மீறி மன்னியிடம் பிரஸ்தாபித்துத் தான் இருக்கிறாள். அதை வைத்துத்தான் மன்னி இன்று சுட்டிக் காட்டுகிறாள் என்பது அவளுக்குப் புரிந்தது. மன்னி நினைத்துச்சொல்கிறாளா, இல்லை, பொத்துப் பொத்தென்று அந்தச் சமயத்துக்கு வாய்க்கு வந்ததைச் சொல்கிறாளா – அதுவும் அவளுக்குக் குழப்பமாக இருந்தது. ‘ஏன் அண்ணா, கணபதி ஞாபகமாகவே இருக்கிறதாக இருக்கட்டுமே. நான் என்ன மாறிவிட்டேன்? மன்னிக்கு நீ சொல்லு.’ ‘இதென்னடா இது, உங்களுக்குள்ளே விவகாரத்தைத் தீர்ப்பதற்காகவா நான் . . .’ என்று முடிக்காமல் சிரித்தான் வெங்கடேஸ்வரன்.

'நீ மாறிவிட்டதாக நான் ஏதாவது ஜாடையாகக்கூடச் சொன்னேனா?' என்று ஆரம்பித்தாள் அலமேலு. 'நீயாக... சரி பேச்சு வளர்ந்தால் பேச்சு வரும்' என்று சடக்கென கைக்குழந்தையை எடுத்துக்கொண்டு எழுந்து சமயலறைக்குச் சென்றாள்.

'நாத்தனாரும் மதனியும் சரியாகப் போச்சு' என்று மறுபடி யும் சிரித்தான் வெங்கடேஸ்வரன், அலமேலு காதில் படும்படி யாக. இவர்களது விவகாரத்தைக் கேட்டுப் பழக்கமான அவ னுக்கு எப்போதும் அவற்றைப் பெரிதாக எடுத்துக்கொள்ளத் தோன்றாது. இருவர் நிலையும் அவனுக்குப் புரிந்தது. சாவித் திரியைப் பார்த்தான். 'உங்க மன்னிக்கு மூக்கு நுனியிலே படபடப்பு குதிக்கக் காத்துக்கொண்டே இருக்கும். புதுசு இல்லையே,' என்று சேர்த்தான், தணிந்த குரலில்.

'அண்ணா, இந்த மாதிரி சமயங்களில் நீயும் ஏதாவது சொல்லி வைக்காதேயேன்,' என்று அவன் முகத்தைப் பார்த்து அவள் சொன்னாள். 'அடுத்த நிமிஷம் நான் 'மன்னி' என்று போகப் போகிறேன். 'சாவித்திரி' என்று மன்னி வரப்போகிறாள். நல்ல கேஸ் வந்து இப்படி நமக்குள்ளே...'

அந்தக் குரலில் தொனித்த சலிப்பை வெங்கடேஸ்வரன் பளிச்சென உணர்ந்து கவனித்தான்.

'சாவித்திரி, உனக்கு இது பிடிக்கவில்லையா?' திடுதிப்பென்று கேட்டுவிட்டான்.

சாவித்திரிக்குத் தூக்குவாரிப்போட்டது. 'என்ன அண்ணா அப்படிக் கேட்கிறாய்? நான் வாய் திறந்து அப்படி உன்னிடம் சொல்லி இருக்கிறேனா?'

'சொன்னதில்லை; இந்தச் சலிப்பு?' இழுத்துச் சொன்னான்.

தன் மனதில் ஏதோ நிழலாக ஓடியதைத் தன் வார்த்தைகள் காட்டிக் கொடுத்து விட்டதைச் சாவித்திரி அப்போதுதான் உணர்ந்தாள். அவளுக்கு அதை மறைக்கவும் முடியவில்லை. 'அண்ணா, இதிலே மூன்று பார்வைகள் இருக்கு என்று நீ அன்று சொன்னதிலிருந்து எனக்கும் இதைப்பற்றி யோசிக்காமல் இருக்க இயலவில்லை,' என்றாள்.

'அதைத்தான் உன்னிடமிருந்து இப்போது எதிர்பார்க்கிறேன்,' என்றான் வெங்கடேஸ்வரன். 'இன்று கேஸ் இருக்கிற நிலையில் உனக்கு ஏதாவது சொல்ல இருந்தால் சொல்லேன்.'

'உனக்கு யோசனை எதுவும் சொல்லும்படியாக அவ்வளவு நான் சிந்தித்துக்கொண்டு வருகிறேன் என்று நினைத்து விட்டாயா? சரிதான் போ,' என்று சிரித்தாள் சாவித்திரி.

அதிலே அண்ணா அப்போதைக்கு இன்னும் கிண்டிக்கிளறி தன்னிடமிருந்து வார்த்தைகளை வெளிவரச் செய்துவிடு வானோ என்ற ஒரு தயக்கத்தில் பேச்சை மாற்றப் பார்த்த மழுப்புதல் இருந்தது.

அப்போது, 'சாவித்திரி, தோசைக்கு அரைக்க நாழியாச்சே' என்று சமயலறையிலிருந்து மன்னியின் குரல் கேட்டது.

'இதோ வந்துட்டேன்' என்று அங்கிருந்து திரும்பினாள் சாவித்திரி. மேற்கொண்டு கேஸ் விஷயமாக அண்ணாவோடு பேசுவதிலிருந்து தப்பித்துக்கொள்ள அது ஒரு நல்ல சாக்கு அகப்பட்டதாக அவளுக்குப் பட்டது.

'என் கேள்விக்குப் பதில்?' என்று தூண்டிக் கேட்டான் வெங்கடேஸ்வரன் போகிறவளை.

'எனக்குச் சொல்லத் தெரியவில்லை அண்ணா,' என்று சொல்லிக்கொண்டே சமயலறைக்குள் போய்விட்டாள் சாவித்திரி.

7

தண்ணை அடித்தால் தண் விலகாது என்கிற மாதிரிதான் இந்த நினைப்பு விஷயமும். வேண் டாம்னு அதை ஒதுக்கித் துண்டித்தமாதிரி விரட்டி விட முடிகிறதில்லை நினைத்தவுடனே. அதுவாக ஓய்ந்து அடங்கினால்தான் உண்டு. அண்ணாவுக்கு, அதாவது அவன் கேள்வி தன்னை வைத்த இக்கட் டான நிலைமைக்குத் தப்பி அந்த இடத்தைவிட்டு அகல மன்னியின் அழைப்பு அவளுக்குத் தக்க சமயச் சாக்காக இருந்தது. ஆனால் கொட்டத்தில் கிணற்றுப் பக்கத்தில் மன்னி களைந்து வைத்தி ருந்த அரிசியை – உளுந்தை மன்னி களைந்துகொண் டிருந்தாள் – கையில் எடுத்துக்கொண்டு, மன்னி தயாராகப் போட்டிருந்த முக்காலியில் அவள் கல்லுரல்முன் உட்கார்ந்தபோது, பேசி இருந்த முன்பேச்சின் தொடர்ச்சியாகவே அவள் நினைப்பு கள் உழன்றுகொண்டிருந்தன. கை கையாக அரிசியை அவள் அள்ளி உரல் குழவியைச் சுற்றி, அடித்தமாதிரி போட்ட ஒருவித வேகத்தி லிருந்து அவள் மனச்சள்ளை வெளித் தெரிந்தது. ஆனால் அவள் மன்னி அதைக் கவனித்தாளோ இல்லையோ. ‘கொஞ்சம் இரு, சாவித்திரி, தள்ளிக் கொடுக்க வரேன்,’ என்றாள் கை உளுந்தில் இருந்த ஒன்றிரு உளுந்துத் தோடுகளைக் பொறுக்கிக் கொண்டே.

‘எதுக்கு மன்னி எட்டாளு இந்தத் தொலை யாத ஒண்ணரை உழக்குக்கு?’ பளிச்சென அவள் மனசு வாய்க்கு வந்து விட்டமாதிரி சொல்லி

விட்டாள் சாவித்திரி. 'உளுந்தைக் களைந்து கொடுத்துட்டு நீ ராத்திரி சமயலை ஆச்சுன்னு இப்பவே முடித்துவிடேன்.'

அலமேலு உளுத்தம் பொக்கு ஒன்றைக் கை விரல்களில் நசுக்கியவாறே நிமிர்ந்து சாவித்திரியைப் பார்த்தாள். சாவித்திரியின் முகம் கல்லுரலை நோக்கியே இருந்தது. அலமேலுவுக்கும் சாவித்திரியின் சமீபத்திய மனப்போக்கின் தோரணை கொஞ்சம் புரியாததாகத்தான் இருந்தது. தான் போதெல்லாம் அதிகப் படுத்திக்கொண்டிருப்பது அவள் உணர்ந்ததுதான். சாவித்திரியின் மன ஓட்டம் எதாக இருக்கும் எத்தன்மையதாக இருக்கும் என்பதை அவள் தனக்குள் குடைந்து நினைத்துப் பார்த்த சமயங்கள் உண்டு. ஆனால் சாவித்திரி கொஞ்சம் புதிராகத்தான் தோன்றினாள். எனவே அதுபோன்ற ஒரு மனநிலையில் அவள் இப்போது இருப்பதைக் கலைப்பதற்குத் தனக்கு உரிமை எதுவும் இல்லை என்பதை சாவித்திரி தன் வார்த்தைகள் மூலம் தனக்கு உணர்த்திவிட்டதாக அலமேலு உணர்ந்தாள். மேற்கொண்டு அவள் எதுவும் கேட்க விரும்பவில்லை. அவள் அண்ணாவும் தானும் சொன்ன வார்த்தைகளின் எதிரொலி சாவித்திரிக்குள் என்ன குடைந்துகொண்டிருக்கும் என்ற ஒரு சந்தேக நிலையை, 'அப்படி என்ன தப்பாகச் சொல்லிவிட்டேன். இல்லை என்றுதான் காட்டிக் கொள்ளட்டுமே' என்று தனக்குள் சமாதானம் சொல்லி விலக்கிக்கொண்டே சொன்னாள்: 'நீ சொல்றதும் சரிதான். ஆச்சுன்னு முடித்துவிட்டால் கையொழிந்த மாதிரி இருக்கும். சனிக்கிழமை கோயிலுக்குப் போகணும்' என்று எழுந்து உளுந்துப் பாத்திரத்தைக் கொண்டுவந்து சாவித்திரி அருகில் வைத்துவிட்டு நகர்ந்து போனாள். போகும்போது 'உளுந்துக்கு ஒரு கைபிடிக்க வேணுமானால் வரேன்' என்று சொல்லிவிட்டுச் சென்றாள்.

மன்னியும் தானும் சேர்ந்து ஒருவர் குழவியை ஆட்ட, மற்றொருவர் அரிசியை, உளுந்தைத் தள்ளிக் கொடுக்க, இத்தனை நாளும் சேர்ந்து செய்ததெல்லாம் சாவித்திரிக்கு அப்போது ஞாபகம் இல்லாமல் இல்லை. போகிற மன்னியின் நடையைப் பார்த்தாள். தான் நறுக்கென்று சொன்னது அப்படி ஏதாவது மன்னியை உறுத்திவிட்டதோ என்று நினைத்துப் பார்த்தமாதிரி இருந்தது. அதே சமயம், இதில் உறுத்துவதற்கு என்ன இருக்கிறது, உறுத்தப்பட்டவள் தானாக இருக்கிறபோது, தன்னை மையமாக வைத்துத்தானே இவ்வளவும் சுழன்றுகொண்டிருக்கிறது என்ற நினைப்பும் கூடவே தொடர்ந்தது. தான் இல்லாவிட்டால் . . .?

இருக்கிறபோது இல்லாவிட்டால் என்ற கேள்விக்கு அர்த்தம்? அவளுக்குள்ளேயே இந்த அசட்டுக் கேள்விக்குச் சிரித்துக்

74 ❧ ஜீவனாம்சம்

கொண்டாள். இந்தச் சிரிப்பில் மன்னியைப் பற்றிய நினைப்பு அழிந்துவிட்டது. அண்ணா அன்று வந்து சொன்னதை எல்லாம் நினைவுபடுத்திக்கொண்டாள். 'என் கேள்விக்குப் பதில்' என்று அண்ணா கேட்டது இன்னமும் அர்த்தமும் ஒலியுமாகவே அவள்முன் நின்றது. அண்ணாவுக்குப் பதில் சொல்லாமல் தான் எப்படியோ நழுவிவிட்டாள் சரிதான். ஆனால், ஒரு நாள் பதில் சொல்லித்தானே ஆகணும். என்னதான் அண்ணா இதை மூச்ரவாகச் செய்தாலும் தன் விஷயம்தானே அது. ஆகவே தன் இறுதிப் பதிலை ஒருநாள் அண்ணா தன்னிடமிருந்து பெறவேண்டியவன்தானே. இன்று தப்பிவிட்டதால் முடிந்து விடவில்லையே. அண்ணா கேள்விக்கு தான் பதில் சொல்வது இருக்கட்டும். இந்தக் கேள்வி அண்ணாவின் கேள்வியாக மட்டும் தோன்றவில்லையே. வாழ்க்கையே தனக்குப் போடும் கேள்வியாக இருக்கிற மாதிரித்தானே தோன்றுகிறது. அண்ணாவுக்கு இப்போது தப்பிவிடலாம். இன்னும் நாலு தடவையும் தப்பலாம். இல்லை என்றைக்குமே தப்பலாம். ஆனால் வாழ்க்கை போடும் கேள்விக்கு? அது ஒரு தடவை தானே கேள்வி கேட்கும், தானும் தன் ஒரே இறுதி முடிவைத் தானே பதிலைச் சொல்லவேண்டும். அப்படிப்பட்ட இறுதி முடிவு தான் செய்யவேண்டிய நேரம் வந்துவிட்டதா? அண்ணா சொன்னதுபோல மன்னி சுட்டிச் சொன்னதுபோல தன் பார்வை என்று ஒன்று இருக்கு என்பதைக் காட்டிக்கொள்ள வேண்டிய ஒரு நிர்ப்பந்தம் தனக்கு ஏற்பட்டு விட்டதா என்று கேட்டுக்கொண்டாள். குழம்பியது.

இந்தக் குழப்பம் அவளுக்கு இப்போது திடீரென வரவில்லை என்பதும் ஞாபகம் வந்தது அவளுக்கு. இந்த இரண்டு வருஷ மாகவே அது வந்த சந்தர்ப்பங்களும் சமயங்களும் அவளுக்கு நினைவுக்கு வந்தன. அதிலும் முக்கியமாக அந்த இரண்டு சந்தர்ப்பங்கள். முதலில் குப்புசாமி சாஸ்திரிகள் மாமா வந்தது.

அந்த மாமா, அண்ணாவிடம் பதினைந்து ரூபாய் ஜீவ னாம்சம், இல்லை ஒரு செய் நிலம் என்று கூட்டிச் சொன்ன தையும் அண்ணா அவருக்குப் பதில் கொஞ்சம் கடுப்பாகவே சொன்னதையும் பற்றி அவள் அதிகம் ஆதங்கப்பட்டுக் கொள்ள வில்லை. ஏதோ இரண்டு பேரும் தங்களுக்குச் சம்பந்தமில்லாத ஒரு பொருளை வச்சு பேரம் பேசிக்கொண்ட மாதிரிதான் இருந்தது. அந்தப் பேரத்தில் ஜயிப்பது தோற்பது, அவரவர் தாக்குப் பிடித்து நிற்க முடிகிற சாமர்த்தியத்தைப் பொறுத்தது, ஏன், இந்தக் கோர்ட்டே யாருக்குப் பிடிக்க அதிக மூச்சு இருக்கு என்று சோதித்துப் பார்க்கிற மாதிரிதானே – இந்த இரண்டு வருஷமாகப் பலாப் பிசினாக இழுபட்டுக்கொண்டு

இருக்கு கேசு. ஆரம்பத்திலே சின்னதாக ஆரம்பித்த மாதிரி தானே இருந்தது. நோக்கமே எதாகவோ இருந்தது. எவ்வளவு பணம் வாங்குகிறது கொடுக்கிறது இதுதான் மாதிரி பட்டது. இப்போது இந்த இரண்டரை வருஷத்துக்கு அப்புறம் யார் ஜயிக்கிறது என்கிற நிலையில் நிற்கிற மாதிரிதான் தோணுகிறது. யார் ஜயித்தால் என்ன என்று இருக்க முடிந்தால்தான் இப் போது இந்தத் தொல்லையே இல்லையே. ஜயிக்கிறது தோற்கிறது என்கிறதுக்கும் மேலே ஏதோ விஷயம் இருப்பதாகத்தான் தனக்குப் படுகிறது தன் சம்பந்தப்பட்ட மட்டில் . . .

கைபாட்டுக்குக் குழவியைச் சுற்றிக்கொண்டிருந்தது, மறுகை அரிசியைத் தள்ளிக்கொடுத்துக்கொண்டே. உரலுக்கு மீறி உள்ள அரிசி கொஞ்சம் அரைபடுகிற வரைக்கும் சிரமமாகத்தான் இருக்கும். அரைபடும் அரிசியும் அவ்வப்போது சிக்கிக்கொண் டது. குழவியை இரண்டொரு தரம் சரிப்படுத்தி ஆட்டி அரிசி யையும் கொஞ்சம் ஒத்துத் தள்ளிக் கொடுக்கவேண்டி இருந்தது. அதுமாதிரியே தன் மனதும் எங்கேயோ போய் சிக்கிக் கொள்வ தையும் தான் இழுத்துப் பிடித்து அதைச் சரிப்படுத்திக் கொள்ள வேண்டி இருந்ததையும் உணர்ந்தாள் சாவித்திரி.

குப்புசாமி சாஸ்திரி மாமா கொடுத்த புதுத்தகவல்கள் — பேரப் பேச்சல்ல — தன் புக்ககத்தைப் பற்றிச் சொன்ன சில விஷயங்கள் அவள் மனதிலே அழுத்திப்பட்டன. அண்ணாவுக்கு அதெல்லாம் தேவையில்லை. அவனுக்கு கேஸ், தீர்ப்பு, ஜீவ னாம்சத் தொகை இதுதான் முக்கியம். அவள் புக்ககத்தைப் பற்றி, அண்ணாதான், அது இனிமேல் தங்கையின் புக்ககம் என்று நினைக்கவே இல்லையே. ஆனால் தனக்குத் தகவல் தெரிய வருகிறபோது தன்னாலே அதை அலட்சியப்படுத்திவிட்டு இருக்கவே முடியவில்லை. இவ்வளவுக்கும் இப்போது ஐந்தோடு கூட இரண்டு, ஏழு வருஷமாச்சு. வருஷம் கூட ஆகிவிட்டால் என்ன? முன் நடந்தது தள்ளிப் போகிறது என்பது வாஸ்தவம். அதனாலே என்ன? ஞாபகம்? நடந்தது பழசாக ஆக ஆகத்தானே ஞாபகத்துக்கு அவசியம் ஏற்படுகிறது. ஞாபகம் ஒரு வேகத்து டன் திடீரென முழுமையாகத் தோன்றுவதும் இந்தப் பழசான நடப்பிலிருந்துதானே?

எனவே தனக்கும் அன்று நடந்ததுக்கும் உள்ள இடைவெளி அதிகரிக்க அதிகரிக்க, தனக்கும் புக்ககத்துக்கும் உள்ள உறவு நெருங்குகிறதோ என்ற சந்தேகம் நிழலாகத் தட்டியது அவளுக்கு. இன்னொன்று, இந்த கேஸ்தான் இரண்டரை வருஷமாகத் தன் புக்ககத்தைப் பற்றிய நினைவை அவியாமல் இருக்கத் திரி தூண்டிக் கொண்டே இருக்கிறதே. புக்ககம் பற்றி மறக்கும்படி யான ஒரு காலத்து வாழ்வாக அவள் நினைக்கக்கூடிய சூழ்நிலையே இல்லாதபோது . . .?

குப்புசாமி மாமா சொன்னதை – அவள் அடுக்குள்ளிலிருந்தே ஒன்றுவிடாமல் கேட்டவை – அவள் கேட்டபோது கொஞ்சம் மனத்தவிப்பைக் கொடுக்கத்தான் செய்தது. குப்புசாமி மாமா பேச்சுக்கு நடுவே சொன்னது இதுதான். 'என்னவோ அப்பா வெங்கடேஸ்வரா, அந்த அம்மாதான் கண்போய் தட்டித் தடவிண்டு ...' அவர் அதை முடிக்க விடவில்லை வெங்கடேஸ் வரன்.

'இதோ பாருங்கோ, பெரியவாள்!' என்று இடைமறித்தான். 'இதெல்லாம் யாருக்குத் தெரிந்து என்ன ஆகணும். அவரவர் அனுபவம் அது. இப்போது நடக்கிற விஷயத்தை ஏதாவது சொல்லுங்கோ.'

அம்மாடி, என்ன முறித்துப் பேசின பேச்சு இந்த அண்ணா வார்த்தை என்றுதான் அவளுக்குச் சடக்கெனப் பட்டது. அண்ணாவுக்கு அதெல்லாம் அவசியம் இல்லையானால் என்ன, இருக்கட்டுமே. அவர்தான் ஏதோ பீடிகையாகப் போடுவதைச் சொல்லிவிட்டுப் போகட்டுமே, என்று நினைத் தாள். அண்ணா இப்படி முறித்தவுடனே 'அதுவும் சரிதா னப்பா. அதெல்லாம் உங்களுக்கு அவசியமில்லைதான். தெரி கிறது. கிராமத்து மனுஷர்கள் விசாரணைகள் இப்படித்தான் இருக்கும். ஒருவர் கஷ்டத்தை ஒருவர் வாங்கிக்க முடியாது. ஆனால் ஏதோ கேட்டுக்கிறது உண்டு, இயல்பு. சரி வேண்டாம் என்றால் வேண்டாமே, வம்பா?' என்று சொல்லிப் பேச்சை மாற்றி பேரத்தில் இறங்கிவிட்டார். பேரம் அப்படி முடிந்ததே.

அம்மாவுக்குக் கண் போய்விட்டதா? அவளுக்கு அதிர்ச்சி யாகத் தான் இருந்தது. மற்ற பேரப் பேச்சு எல்லாம் தள்ளிப் போய் இந்தத் தகவல் மட்டும் அவளை என்ன கேள்வி எல்லாமோ கேட்டுப் பதில் சொல்லிக்கொள்ளச் செய்தது. இன்னும் மேற் கொண்டு தகவல் தெரியவில்லையே. ஏன், எதனாலே? அது கூட வேண்டாம். போன கண் எதனாலென்று தெரிந்து என்ன ஆகணும். அப்போ அந்த அப்பாவுக்கு பூஜைக்கு, சிச்ருஷை ... அந்தக் கணபதியைப் பார்த்துக்கிறது ... இதெல்லாம்?

இந்தக் கவலைகளை அவ்வப்போது மன்னியிடம் தான் சொன்னதை எல்லாம் வைத்துத்தான் 'அந்தக் கணபதி ஞாபகம் தனக்கு எப்போது போச்சு என்று கேளுங்கள்' என்று மன்னி கொஞ்சம் முந்தி இடக்காகச் சொன்னாள். அண்ணாவுக்கு இதெல்லாம் தேவையே இல்லை. அவனுக்கு எல்லாம் விட்டுப் போனதாகத்தான் நினைப்பு. மன்னிக்கோ தான் அப்படி நினைக்கிறது பேசரது எல்லாம் எகத்தாளமா இருக்கு. அண்ணா அடிச்சுவட்டிலேதானே மன்னி இந்த கேஸ் விஷயமாக நினைக்கிறவள். இல்லை, மன்னி அடிச்சுவட்டிலே அண்ணா போகிறவன் என்றாலும் சரி. எதனால் என்ன. இப்போது

சி.சு. செல்லப்பா ❦ 77

இந்த கேஸ் விஷயத்திலே மூணு பார்வை இல்லை இந்த வீட்டுக்குள்ளே. மூணு இரண்டாகிவிட்டது. அவர்கள் இரண்டு பேருடையதும் ஒன்று, என்னது ஒன்று. மூன்றும் ஒன்றாகத்தான் இருக்கும் என்று இருக்கிற மாதிரிதானே ஆரம்பத்தில் தெரிந்தது. இன்னும் போகப்போக எப்படி மாறப் போகிறதோ?

எப்படி மாறப் போகிறதோவா? ஒன்று அவர்கள் வழிக்கு தான் மாறணும் முழுக்கத் தன்னை அழித்துக்கொண்டு. அல்லது அவர்கள் தன் வழிக்கு மாறணும் தங்களை மாற்றிக்கொண்டு. அப்போது எல்லாம் சரியாகிவிடும். 'ஆமாம் என் வழி என்று என்ன வழி இப்போது நான் கண்டுபிடித்திருக்கிறேன். நாச் சந்தியில் நிற்கிற மாதிரிதானே நான் இப்போது நிற்கிறேன். ஏதோ அர்த்தம் இல்லாமல் யோசனை பண்ணுகிறேனே' என்று சொல்லிக்கொண்டாள்.

குழவியின் இயல்பான சுழற்சி தடைப்பட்டதை உணர்ந்து மறுபடியும் குழவியைச் சற்றுத் தூக்கி, அரைபட்ட மாவை வழித்துக் கொடுத்துச் சரிப்படுத்தி மறுபடியும் குழவியை ஆட்ட ஆரம்பித்தாள். அவள் மனதும் அந்தச் சிக்கலிலிருந்து விடு வித்துக் கொண்டு நகர ஆரம்பித்தது.

குப்புசாமி மாமா சொன்னதுக்கு மேலே தன் புக்ககத் தகவல்களைத் தெரிந்துகொள்ள ஆதங்கப்பட்டது அவள் மனசு. ஆனால், காட்டிக்கொள்ளவும் முடியவில்லை. காட்டிக் கொண்டாலும் அசட்டுப் பட்டம். அசட்டுப் பட்டம் கிடைக் கட்டும் என்றாலும் தகவல் கிடைக்க வழி? அடுக்குள்ளுக்கோ முற்றத்துக்கோ வந்து யார் சொல்லக் கூடியவர்கள் இருக்கா? இல்லாததுனாலே அவளுக்கும் அது மங்கிக்கொண்டே வந்தது.

காமாட்சி சித்தி வந்து மேற்கொண்டு தகவல்கள் கொடுத்த போதுதான் அவளுக்கு விஷயமே புரிந்தது. காமாட்சி சித்தி அவளுக்கு உறவு முறையில் இரண்டு விதத்திலும் சித்தி அல்ல. தன் புக்ககத்துத் தெரு வீட்டார் அத்தனை பேருக்கும் சித்தி – ஊருக்கே சித்தி என்று அவள் தன் புக்ககத்தில் பேசிக் கேட்டிருக் கிறாள். அவ்வளவு அபிமான ஆத்மா அவள். ஒரு நாள் சாயந் திரம் விளக்கு வைக்கிற சமயம், ஆத்துக்குள் அவள் வந்தபோது சாவித்திரிக்கு உடனேயே இனம் புரிந்துகொள்ள முடியவில்லை. வீட்டில் அண்ணா இல்லை. மன்னியும் குழந்தைகளுடன் கோவிலுக்குப் போயிருந்த சமயம். ஒரு வேளை இதெல்லாம் தெரிந்தேதான் வந்தாளோ என்னமோ என்றுகூட பின்னாடி ஒரு சந்தேகம்கூட சாவித்திரிக்கு ஏற்பட்டது. ஆனால், அப்படி யும் நிச்சயமாகச் சொல்ல முடியவில்லை. ஏனென்றால் அவசரப்பட்டு சித்தி திரும்பிப் போகவும் முயற்சிக்கவில்லை.

வேண்டுமென்று விஷயம் எதையும் மூட்டையாகக் கட்டிக் கொண்டு வந்து சொல்லவும் இல்லை. பரபரத்து எதையும் சொல்வதிலும் ஈடுபடவில்லை. ஆனால் அவர்கள் வருவதற்கு முன் – அது எதேச்சையாகத்தான் நிகழ்ந்தது – காமாட்சி சித்தி வந்து – அக்கறையாக வீடு தேடி வந்து, தன்னைப் பார்த்து விட்டு –'ஏழு வருஷத்துக்கு அப்புறம் உன்னைப் பார்க்கிரேண்டி அம்மா' என்று சொல்லிப் பெருமூச்சு விட்டுவிட்டு, பேசிவிட்டு – நீ இல்லாமே அந்த வீடு வெறிச்சோடிப் போச்சுடியம்மா என் றெல்லாம் சொல்லிவிட்டுத்தான் போனாள். அதிகம் நிற்க வில்லை என்றாலும் அவளுக்கு வேண்டிய, வேண்டும் என்று எதிர்பார்த்த, தகவல்களைக் கிடைக்கச் செய்துவிட்டுத்தான் போனாள். காமாட்சி சித்தி வந்துவிட்டுப் போனதை அவள் மன்னியிடம் சொல்லவில்லை. எனவே அண்ணாவுக்கும் தெரிய வழி இல்லை. எனவே கிடைத்த தகவல்களைத் தனக்குள்ளே நிறுத்திக்கொள்ள வேண்டியதாயிற்று. அவர்களுக்கு அதைத் தெரிவிக்கவும் அவசியம் இல்லை. அவர்களுக்குத்தான் அவை தேவையும் இல்லையே. அது மட்டுமா, ஏதோ அங்கே இருந்து வந்து தன்னைச் சோதித்துப் பார்க்கிறா, மனதைக் கலைக்கிறா இப்படி ஏதாவது அவர்களுக்குத் தோன்றக்கூடுமோ? தோன்றி னால் என்ன தோன்றாவிட்டால் என்ன? அவர்கள் இருந்த போது காமாட்சி சித்தி வந்திருந்தால் இதெல்லாம் சொல்லி இருப்பாளா, சொல்லத்தான் சந்தர்ப்பம் இருந்திருக்குமா, இல்லை – சொல்லி இருந்தால் மன்னி அதற்கு எப்படிப் பதில் கொடுத்திருப்பாள். அண்ணா குப்புசாமி சாஸ்திரி மாமாவுக்குச் சொன்ன பதில் மாதிரி இருக்குமா, இப்படி எல்லாம் யோசனை ஓடத்தான் செய்தது.

இந்த யோசனைகள் முறியாமலோ, ஒன்றிலிருந்து மற் றொன்றோ, மானாங்காணியாகவோ, இறக்கையை அகல விரித்துப் பறக்க ஆரம்பித்தால், அவ்வளவுதான். என்ன முடிவு செய்கிறது என்று, தர்க்க ரீதியாக ஒரு வழிக்கு வர முடிகிறதில்லை. சரி, ஏதாவது ஒன்று செய்வோம் என்றுதான், சரி தப்பைப் பற்றி நிர்ணயம் இல்லாமல், ஒற்றையோ இரட்டையோ மாதிரி பார்க்க ஏற்பட்டுவிடுகிறது. அந்தவித மனநிலை ஒன்றில்தான் காமாட்சி சித்தி வந்த தகவலை சாவித்திரி அவர்களிடமிருந்து ஒருவிதக் குறிப்பும் இல்லாமல் மறைத்து விட்டாள்.

காமாட்சி சித்தி சொல்லிவிட்டுப் போனதுதான் இன்னும் அடிக்கடி அந்தக் கணபதியைப் பற்றி தான் அடிக்கடி மன்னி யிடம் தன்னை அறியாமலே பேச வைத்தது என்பது சாவித் திரிக்குப் புரிந்தது. இன்றைக்கு இப்படி நையாண்டி பண்ணுகிற மன்னி, தான் முதல் தடவையோ ஒரு சில தடவைகளோ

அந்த மாதிரி பிரஸ்தாபித்தபோது சுட்டிச் சொல்லி இருந்தால் தானும் வார்த்தைகளை இழுத்துப் பிடித்திருப்பாள். தன் அபிப்ராயத்தை அடக்கி இருப்பாள். ஆனால், அபிப்ராயத்தை வெளித் தெரியாமல் அடக்கிவிட்டால் மட்டும் ஒன்று இல்லா மல் போனதாக ஆகிவிடுமா? நினைப்பே எழாமல் இருந்தால் தானே ஒன்று இல்லாத நிலை ஏற்படும்.

இந்த நினைப்பு தனக்குள்ளே இந்த இரண்டரை வருஷங் களாக எப்படி எல்லாம் வளர்ந்து வந்திருக்கிறது என்பதை, அவள் விதரணையாக இல்லாது போனாலும் ஒருவிதமாக அனுமானித்துக்கொள்ள முடிந்தது. தான் இப்போது, தன் அந்த அப்பாவுக்கு அண்ணா கடிதம் எழுதுவதற்குச் சம்மதம் கொடுத்த முதல் நாளிலிருந்து நகர்ந்து வந்துவிட்டதாகத்தான் தோன்றியது. ஆனால், அது எந்த அளவுக்கு என்பது மட்டும் நிதானப்படவில்லை.

அண்ணாவுக்கு என்ன பதில் என்று, திரும்பத்திரும்ப, கல்லுரல் குழவியின் ஒவ்வொரு சுற்றும் ஆரம்பித்த இடத்துக்கு வருகிறமாதிரி தனக்குள் கேட்டுக்கொண்டே இருப்பதாக உணர்ந்தாள். அரிசி போதிய பதத்துக்கு அரைக்கப்பட்டுவிட்டது என்பதுகூட அவள் கவனத்தில் இல்லை. ஏதோ நிழல் அடித்த மாதிரி பட, மன்னி குனிந்து மாவைத் தொட்டு, ‘மையாக மசித்தால் இட்டிலி என்னமாக இருக்கும்’ என்றபோதுதான் கவனம் திரும்பியது. ஒரு சின்ன சிரிப்புடன் மாவைப் பாத்திரத்தில் வழிக்க ஆரம்பித்தாள். ‘என்னமோ ஞாபகம் மன்னி’ என்று அவள் சமாதானம் எதுவும் சொல்ல வாயெடுக்க வில்லை. தன்னைக் காட்டிக் கொடுத்துக்கொள்ள விரும்ப வில்லை. ஆனால், தான் வார்த்தைகளில் காட்டிக் கொள்ளா விட்டாலும் தன் காரியம் காட்டிக் கொடுத்துவிட்டதோ, மன்னி தன் மன உளைச்சலை யூகித்துவிட்டிருப்பாளோ என்று ஒரு சிறு தயக்கமும் இருந்தது அவளுக்கு.

‘சரி’ நான் உளுந்தை அரைக்கிறேன்’ என்று மன்னி ஒரு முக்காலியை இழுத்துப் போட்டுக்கொண்டு உட்காரவந்தாள்.

‘வேண்டாம், மன்னி’ என்றாள் சாவித்திரி. ‘கொட கொட என்று நாலு சுத்து சுத்தறதுக்கு என்ன பிரமாதம்?’ சாவித்திரி இன்னும் தனியாகத் தன் சிந்தனையை மென்று கொண்டி ருக்கத்தான் விரும்பினாள். அண்ணா கேள்விக்கு எந்த வித மான பதில் சொல்வது அவன் அடுத்த தடவை பார்க்கும் போது கேட்டால், என்று கேட்டுக்கொண்டே உளுந்தை உரலில் அள்ளிப் போட்டாள்.

8

அண்ணா தன்னை இது சம்பந்தமாகக் கேள்வி கேட்பது மூன்றாவது தடவை என்பது சாவித்திரிக்கு ஞாபகம் வந்தது அப்போது. தான் முன்பு சொன்ன பதில்களும் அவள் நினைவில் கூடவே வந்தன. 'எழுதிக் கேட்கட்டுமா அவர்களுக்கு, சாவித்திரி' என்று இரண்டு மூன்று தரம் வற்புறுத்திக் கேட்டபிறகுதான் வாய் திறந்து 'உனக்குத் தோன்றினால் கேட்டுப் பாரேன். என்ன மோசமாகப் போகிறது' என்றாள். அப்போது அவள் நினைத்தது, சின்ன விஷயம் லேசாக முடிந்துவிடும் என்றுதான். ஆனால், கேசுக்கே வந்துவிட்டதே. அன்றைக்கு மன்னிக்கும் அண்ணாவுக்கும் வாக்கு வாதம் நடந்த அன்று, அண்ணா மன்னியிடம், 'இதோ பாரு, சாவித்திரி ஒருத்தி அப்படிச் சொன்னால் – இல்லை – நினைத்தாலே, நான் இந்த க்ஷணத்தோடு இதை அப்படியே விட்டுவிடுகிறேன்' என்றபோது, 'சாவித்திரி நினைப்பது வேறே நீ நினைப்பது வேறே என்று இருக்குமானால் நீ கையெழுத்துப் போடச் சொன்னபோதே நான் பிடிவாதமாக மறுத்துவிட்டிருக்கமாட்டேனா,' என்று தன்னால் எவ்வளவு நிலை எடுத்துக் கொண்டு சொல்ல வாய் வந்தது! இப்போது மூன்றாவது தடவையாக –

தன் வாழ்க்கையில் அண்ணாவின் கேள்விக்கு தான் பதில் நழுவிச் சென்றது அதுதான் முதல் தடவை. அவளாலேயே இதை நெஞ்சறிந்துகொள்ள முடிந்தது. அண்ணாவுக்கு இது பட்டிருக்கத்தானே

செய்யும். தன் அன்றைய நடத்தை அவனுக்குப் புரியாததாக, ஏன் புதிராகக்கூட இருந்திருக்கும். அண்ணா இப்போது எப்படி எல்லாம் யோசித்துக்கொண்டிருக்கிறானோ. உரல் குழியில் உருளும் குழவி இடுக்கில் உளுந்து மசிபடுவதைப் பார்த்துக்கொண்டே, தன் நினைப்பும் நெஞ்சுரலில் மசிபட விட்டுக்கொண்டிருந்தாள் சாவித்திரி.

இப்போது மூன்றாம் தடவையாக – ஆனால் அவளால் ஒரு நிலை எடுத்துக்கொண்டு நறுக்குத் தெறித்ததுபோல் பேச முடியவில்லை. 'இன்று கேஸ் இருக்கிற நிலையில் உனக்கு ஏதாவது சொல்ல இருந்தால் சொல்லேன்' என்றான் அண்ணா. இதென்ன அப்படி அண்ணா கேட்டான் இதுவரைக்கும் இல்லாதபடி? ஏதோ ஒப்புக்குத்தான் தன்னிடமிருந்து ஏதோ எதிர்பார்த்த மாதிரிதானே இதுவரையில் இருந்தது. ஏற்கெனவே தான் செய்துவிட்ட முடிவுக்கு ஒரு வாய் ஆதரவு தன்னிட மிருந்து கிடைத்துவிட்டால் போதும் அவனுக்கு. சாவித்திரி பேரைச் சொல்லி அவள் மேல் பாரத்தையும் பொறுப்பையும் போட்டுவிட்டுத் தன் பிடிவாதத்துக்கோ ஆசைக்கோ ஒரு சமாதானம் சொல்லிக்கொள்ளலாம். 'ஆமாம்' அண்ணாவின் காரியத்தைப் பிடிவாதம், ஆசை என்ற இரண்டுக்குள் எதில் அடைப்பது? அவளுக்கு முதலில் பிடிவாதம் என்றுதான் பட்டது. அவன் சுபாவமே அப்படித்தான். பட்டுப் பழகித் தெரிந்தது. ஆனால், இந்த இரண்டு வருஷத்தில் அது வெறும் பிடிவாதம் மட்டுமல்ல அதில் ஆசையும் கலந்திருக்கிறதோ என்றும் அவளுக்கு நிழலாக முதலில் சந்தேகம் தட்டியது. 'சீ, அண்ணாவுக்கு அந்தப் புத்தி இருக்கும் என்று நினைக்கிற என் புத்தியைப் பாரு' என்று தன்னை இகழ்ந்துகொண்டாள். அதே சமயம், மன்னி அன்றைக்குச் சொன்னது சுருக்கென ஞாபகம் வந்தது . . .'என்னவோ கஞ்சி, துணிக்கு மிச்சம். இந்த நூறு ரூபாய் சம்பளம் ஒன்று கையைக் கடிக்காமல் பசிக்காமல் சாப்பிட வருது. அதெல்லாம் பேசுகிறவர்களுக்குத் தெரியாமல் இல்லை. இருந்தாலும் கிடைக்கிறது ஆதாயம் என்று நாம் பார்ப்பதாகத்தான் பேசுவார்கள்.' மன்னியை இடைமறித்து 'இதெல்லாம் யாருக்கு என்று சொல்கிறாய்' என்று தான் கேட்டதையும் நினைத்துக்கொண்டாள்.

மன்னி இதிலே என்ன குறிப்புணர்த்தினாள், ஆரம்பத்திலேயே அவள் அவ்வளவு முன்யூகம் காட்டிச் சொன்ன காரணம்? அப்போது அவளுக்கு மன்னியின் விபரீதப் பேச்சை நிறுத்தச் செய்தால் போதும் என்று இருந்தது. அதற்குமேல் அதன் மீது நினைப்பை ஓடவிடத் தோன்றவில்லை. அண்ணாவின் கருத்துக்களைப் பற்றித்தான் அவளுக்கு அக்கறை இருந்தது. இப்போது நிழலோட்டமாக மனதில் தட்டியது. ஒரு வேளை

மன்னி தன் உண்மை நோக்கத்தை மறைக்கத்தான் அப்படி ஒரு கட்சியை வாய்விட்டுச் சொல்லிப் பதில் எதிர்பார்த்தாளோ? 'எச்சிப் போன கையை யார் சொன்னாலும் எடுக்கும், சாவித்திரி' என்று தான் இடைமறித்தபோது எகிறிச் சொன்னாளே. ஒருவேளை எச்சிப் போன ஒரு கையின் காரியம் தானோ இந்த கேஸ். அப்படியானால் அண்ணா. மன்னியின் சிலந்தி வலையில் தன்னை அறியாமல் சிக்கிக்கொண்டு விட்டவனா, இல்லை, அவனும் தெரிந்து . . . இதென்ன இப்படியெல்லாம் விபரீதமாக நான் நினைக்க ஆரம்பித்துவிட்டேன், என்று சொல்லிக்கொண்டாள் சாவித்திரி.

தான் இப்படி நினைக்க ஏற்பட்டதற்கு ஆதாரம் ஏதாவது இருக்குமோ. அழகுதான், நினைப்பு வந்து, முடிவு மாதிரி ஒன்று தோன்றிய பிறகு ஆதாரத்தைத் தேடிப் போவது. ஆதாரம் முந்தியா, நினைப்பு, முடிவு முந்தியா? இனித் தோன்றுகிற அல்லது தான் சேகரிக்கிற ஆதாரங்கள் எதுவும் பிறக்கும் போதே தன் நினைப்பு, முடிவுக்கு ஏற்றதாகத்தானே இருக்கும். மனித சுபாவமே அப்படித்தானே. ஆனால் அதையும் எப்படித் திட்டமாகச் சொல்வது. தனக்குள் வெளிப்படையாக உணர முடியா விட்டாலும் ஏதோ அடி ஓட்டமாக உணர ஏதுவாக ஏதோ ஆதாரங்கள் இருந்திருந்தால்தானே இந்த நினைப்பே உருவாகுவதற்கு ஏது இருந்திருக்கும். உளுந்துக் கூட்டில் நீரைத் தெளித்துத்தெளித்து ஓட்டியபோது அது குழம்பாகிக் கொண்டிருப்பதை அவள் மனசு உணர்ந்தது. தன் மனசும் இப்படித்தானே குழம்பிக் கொண்டிருக்கிறது.

இதைக் குழப்பம் என்றும் அப்படியே முழுக்கக் கருதி விடுவதற்கில்லை என்றும் பட்டது அவளுக்கு. சிதறக் கடையப்பட்ட தயிரிலிருந்துதானே வெண்ணெய் உருவாகிறது – அது மாதிரி தெளிவு – அண்ணாவுக்கான பதில் தனக்குள்ளே உருவாகுவதற்கு வழி ஏற்படுவதற்கான ஒரு நினைப்பு ஓட்ட முயற்சி நிலை என்று சொல்லுவதுதான் பொருந்தும் என்று தனக்குள் சொல்லிக்கொண்டாள்.

குழப்பமோ தெளிவோ, காமாட்சி சித்தி வந்துவிட்டுப் போனவரையில், தான் இதுமாதிரியான நிலையில் இருந்ததே இல்லை. அண்ணா தன்னை அபிப்பிராயம் கேட்ட அந்த இரண்டொரு சந்தர்ப்பங்களைத் தவிர காமாட்சி சித்தி வந்து, புக்ககத்து – விட்டுப் போய்விடுமா என்ன – தகவல்களை எல்லாம் தன்னிடம் இத்தனை வருஷம் கழித்து, வார்த்தைகளை விட்டும்விடாமலும் தான் தூண்டிக் கேட்டதற்குப் பிறகுதானே கொஞ்சம் விட்டுபேச தொடங்கினாள். சித்திக்கும் பயம் இருந்திருக்கும், இந்தப் பெண் எப்படி இருப்பாளோ

இப்போது இரு குடும்பத்துக்கும் இருக்கிற உறவிலே, நாம் ஒரு வார்த்தையை விட்டுட்டு பத்தாக வாங்கிக் கட்டிக்கொள்ளக் கூடாதென்று. 'எதிர்த்த வரிசையிலே கடைசி வீட்டிலே என் மருமான் இருக்கிறான். தபாலாபீசு உத்தியோகம். மாற்றலாகி இப்போதுதான் வந்து மூணு மாசம் ஆச்சு. அத்தையை வந்து நாலுநாள் இருக்கும்படி அருமை மருமான் கூப்பிட்டபோது தட்ட முடிகிறதா? இப்போ ஊருக்கு வந்தபோது கூடவே வந்துவிட்டேன்.'

காமாட்சி சித்திக்கு வயதுக்குத் தக்க விவேகம் இருந்ததை எப்படிக் காட்டிக் கொண்டாள். 'என்னடிம்மா சௌக்யமாக இருக்கையா.' இப்படித் தன்னைப் பற்றியே ஏதோ கேட்டுக் கொண்டும் தன் அதிர்ஷ்டக் கட்டை வாழ்வைப் பற்றி ஒன்றிரு வாக்கியங்களில் கேட்டுக்கொண்டிருந்தாளே தவிர தன் புக்ககத்துத் தகவல்களை – தானாக விரும்பித் தூண்டிக் கேட்பதை எதிர்பார்த்ததுபோல் – பிரஸ்தாபிக்கவேயில்லை. காமாட்சி சித்தி அதுபற்றியே பேசாதிருக்க இருக்க, தான்தான் வாய்விட்டு அம்மாவுக்குக் கண் எப்படி இருக்கு என்று கேட்டு விட்டாள்.

அதில் எவ்வளவோ அர்த்தங்களைக் கண்டுவிட்டதுபோலச் சித்தி முகத்தைத் தூக்கி, புருவங்கள் நெருங்கிக் கண்கள் விரிய, பார்த்தாள் சாவித்திரியை.

'குப்புசாமி மாமா வந்தருந்தபோது சொன்னார்' என்று சாவித்திரி அந்தப் பார்வைக்கு விளக்கினாள்.

அந்த பிரஸ்தாபம் காமாட்சி சித்திக்கு அத்தனையையும் விளக்கிவிட்டது. 'குப்புசாமி அண்ணா இதெல்லாம் வந்து சொல்லிவிட்டாரா? அவர் வந்த காரியம் . . .'

'இல்லை சித்தி, அந்த ஒரு வரிதான் வாய்விட்டு வந்த காரியத்தைப் பேசுகையில் சொன்னது . . .' அதற்குமேல் அண்ணா அவரை அடக்கிவிட்டது ஞாபகம் வர, அதை எல்லாம் வேற்று மனுஷாளிடம் சொல்லப் பிடிக்காமல், ஏன் – நன்றாக இருக்காது என்றும் நினைத்து நிறுத்திக்கொண்டாள். 'நான் கேட்டதுக்குப் பதில் இல்லையே சித்தி.' பேச்சைத் திருப்பினாள். அதில் இருந்த ஒரு ஆர்வத்தை சித்தி யூகித்து இருக்க முடியும். தன்னால்தான் அதை மறைக்க முடியவில்லையே.

'ஆமடி அம்மா, கண் அவிஞ்சு கூடத்துக்கும் கொல்லைக்கும் தட்டித் தடவி இடறி விழுந்துண்டு நடக்கிறாள்.' காமாட்சி சித்தி நிறுத்திப் பெருமூச்சு விட்டாள். 'கண்ணுலே சதை படர்ந்திருக்குன்னு டிரெஸ்ஸர் என்னவோ மருந்தெல்லாம்

போட்டுண்டு வந்தார். அதுலெ கண் வந்தா வருது வராட்டாப் போகிறதுன்னு இருக்கப்படாதோ. வேளைக் கோளாறாக இருக்கிறபோது! தெருவிலே வந்த ஒருத்தன் என்ன மையோ பச்சிலைச் சாறோ போட்டு கண்ணைத் தெரிய வைக்கிறேன் னானாம். ரூபாயை வாங்கிண்டு போயிட்டான். கால் கண், அரைக்கண் இருந்தது முழுக்கவே போயிடுத்து. இனிமேல் இரண்டு கண்ணும் வராதுன்னு டிரஸ்ஸர் சொல்லிவிட்டார்.'

சாவித்திரி கேட்கிறபோதே உடம்பு பூராவும் ஏதோ குறுகுறு என்று ஓடுகிற மாதிரி இருந்தது. அந்தத் தங்கமான அம்மா வுக்கு இப்படி வரணுமா? இப்போ எப்படி அந்த வீட்டில் அம்மா நடந்துகொண்டிருப்பாள் என்று யூகிக்கப் பார்த்தாள்.

அவள் யூகத்தைக் கலைப்பதுபோல அல்லது அதைத் தெளிவிப்பதுபோல சித்தி சேர்த்தாள், 'அந்த சுந்தரம் . . .'

'சுந்தர மாமாதானே?'

'அவனை ஞாபகம் வச்சிண்டு இருக்கையா?'

'என்ன சித்தி, உங்களை மறந்துவிட்டேனா நான்?'

'அதுக்கு இல்லை பொண்ணே,' சித்தி சொல்லி, தயங்கினாள். 'புக்காம் விட்டது மாதிரி ஆச்சே உன் வாழ்வு. அதுக்காகச் சொன்னேன்.' சாவித்திரியை அதற்குப் பதில் பேச விட விரும் பாததுபோல, 'அந்த சுந்தரம் பெண்டாட்டிதான் ஆத்தோடு வந்து இருந்து ஒரு வீட்டுப்பாட்டையும் பார்த்துக்கொண்டு உங்க மாமியார் கையைப் பிடித்துக்கொண்டு போவதும் . . . ஹூம், கர்மவினை, அனுபவிக்கிறாள்.'

'கணபதி?' என்று கொஞ்சம் கூவியே கேட்டாள் சாவித்திரி.

கணபதி பெயர் தன் நாக்கிலிருந்து வெளியேறியதுமே காமாட்சி சித்தி விழி நிறுத்தி தன் முகத்தை நிதானித்துப் பார்த்த பாங்கிலிருந்து, ஏதோ தனக்குச் சொல்ல விரும்பி அதை எப்படிச் சொல்லுவது என்ற முஸ்தீப்பு செய்துகொண்ட மாதிரி பட்டது சாவித்திரிக்கு.

'இருக்கான் குழந்தை . . .' என்று இழுத்துச் சொல்லி நிறுத்திவிட்டாள்.

'என்ன சித்தி?' கொஞ்சம் ஆவலோடு சாவித்திரி கேட்டாள்.

'இப்போ வருகிறபோதுகூட என்கிட்ட தனியாக வந்து நீங்க போகிற ஊரிலே எங்க மன்னி இருக்காளாமேன்னு கேட்டது.'

'சித்தி!' உலுக்கப்பட்டவளாகக் கேட்டாள் சாவித்திரி. 'கணபதி இன்னும் என்னை மறக்கவில்லையா?'

'நீயே மறந்ததாகத் தெரியவில்லையேடி யம்மா.' இதுதான் சித்தி பதில். சித்தியிடம் தன்னை எவ்வளவு காட்டிக்கொடுத்துக் கொண்டுவிட்டோம் என்று அவளுக்குச் சுருக்கெனப் பட்டது. பிறகு – தன்னைக் காட்டிக் கொடுத்துக் கொண்டதால்தான் என்ன நஷ்டம், இல்லை, மறைத்துக்கொண்டு விட்டால்தான் என்ன லாபம்? இரண்டும் ஒன்றுதானே. தான் இப்போது கேட்பதெல்லாம், ஏன், சித்தி தகவல் கொடுப்பதெல்லாம் மூன்றாம் மனித . . . தான் அவர்களுக்கு மூன்றாம் மனிதராக ஆகிவிட்டவள்தானே.

'சரி, நான் வரேண்டியம்மா.' சித்தி எழுந்துவிட்டாள் திடீரென்று.

'ஏன் சித்தி?'

'வந்தாச்சு பாத்தாச்சு. நாழி ஆகவில்லையா' பிறகு தயங்கி, 'போனாயே. பத்து வீடு தாண்டித்தானே. நாலெட்டு வச்சு ஒரு நடைபோய் அந்த . . . விசாலம் கேட்டாலும் கேட்பாள்.'

'சித்தி!' சாவித்திரிக்குத் தான் அழுதது ஞாபகம் இருந்தது. தான் அழுகையை நிறுத்தி, கண்ணீருக்கு நடுவே, சித்தி தன்னிடம் சொல்லிக்கொண்டு போனதை இப்போது நினைக்கவும் பளிச்செனக் கண்களில் நீர் துளிர்த்தது. உளுந்து மாவில் சொட்டி விடாதிருக்கக் கண்களைக் கசக்கி உலரச் செய்தாள்.

தனக்கு என்ன செய்ய முடிந்தது இந்தத் தகவல்களைத் தெரிந்துகொண்ட பிறகும், கதையாகக் கேட்பதற்கு மேல். இதை எல்லாம் தான் எப்படி அண்ணாவிடமோ மன்னியிடமோ வாய்விட்டுச் சொல்லி இருக்க முடியும். கணபதியைப் பற்றி தான் மன்னியிடம் பிரஸ்தாபித்ததற்கே இந்த ஏளனமானால் இந்தக் கதை எல்லாம் சொல்லி இருந்தால் – தாங்கள் கேட்ட தொகையைத் தங்கள் முன் அவர்கள் வீசி எறிந்திருந்தால் ஒரு வேளை இந்தக் கதையை எல்லாம் அனுதாபத்துடன் கேட்கத் தோன்றலாம் அண்ணாவுக்கோ மன்னிக்கோ. இப்பவோ? 'தர்மம் நியாயம் பார்க்காதவர்களுக்கு இன்னும் என்னெல்லாம் ஏற்பட இருக்கோ.' இதுதானே குப்புசாமி மாமா கூடத்திலே அம்மாவுக்குக் கண் போனதைப்பற்றி சொல்லி முடித்த சில விநாடிக்குப் பின் மன்னி தன் காது கேட்க முனகிக்கொண்டது. அந்தக் கருத்தைத்தான் தானும் எதிரொலிக்கணும் என்கிற மாதிரிதானே தன் முகத்தைப் பார்த்துச்சொன்னாள். என் விஷயம்தானே அது. அதனாலே நானும் அதே மனசு கொண்டு தானே இருக்கணும்னு மன்னி எதிர்பார்த்ததிலே தப்பு இல்லையே. ஆனால் –

அந்தச் சமயத்தில் தனக்குத்தான் இரண்டுக்கும் இணைபோட முடியவில்லை. தன் முகத்தில் ஆதரவு கிடைக்காததை மன்னி

கண்டுகொண்டு அதற்கு மேலே கடுமையாக எதுவும் தன் முன்னாலே சொல்லவில்லை. அண்ணா கிட்ட தனியாக என் னெல்லாம் சொல்லி இருப்பாளோ. ஆமாம், தர்ம நியாயம் பார்க்காதவர்கள் யாரு என்று தீர்மானிக்கிறது யாரு? கட்சிக் காரனே தானாக முடிவு கட்டிக்கொண்டு விடுவதா. அவன் வாதம், கட்சிதானே அவனுக்கு நியாயம். தர்ம நியாயம் சொல் றதுக்கு என்றுதான் கோர்ட்டு இருக்கு. இந்தக் கோர்ட்டு இப்போது என்ன செய்திருக்கு. தர்ம நியாயம் பேசி முடிக்கிற துக்கு அதுக்கு சக்தி இல்லையா. இல்லாது போனால் திரும்ப நம்மிடமே தள்ளிவிடுவானேன். இரண்டு பேரும் அதன் காலிலே விழப்போனதுக்கு நீங்களே எதிர்க்கப் பார்த்துக் கொள்ளுங்கள் என்றால் – இப்போது யார் காலில் யார் விழுகிறது? காலில் விழுகிறதுக்கு அவசியம் இல்லாமே, ஒருவர் கையை மற்றவர் பிடித்துக்கொள்வதற்குத்தான் இந்த யோசனையை கோர்ட் கூறி இருக்கு என்கிறது, அண்ணா மன்னி மனதிலே தச்சிருக்குமோ.

ஒருவர் கையை மற்றவர் பிடித்துக்கொள்வதா? அப்போது தன் மூன்றாவது பார்வை என்பதுதானோ அது. அண்ணா விடம் இப்படிச் செய் அண்ணா என்று சொல்வதா? இப்படியே, உளுந்தைத் தள்ளிய கையை அலம்பாமலேயே எழுந்து போய், 'அண்ணா கோர்ட்டார் சொல்வது நியாயமாகப்படுகிறது' என்று சொல்லிவிடட்டுமா? இந்த நினைப்பில் தன்னை அறி யாமலே தன் கை குழவியைச் சுழற்றாமல் நிறுத்திவிட்டிருப்பதை உணர்ந்தாள்.

'உளுந்து அரைச்சாச்சா?' என்று கேட்டுக்கொண்டே மன்னி தன் பக்கம் வந்து நின்று கேட்கவும்தான், உணர்வு வந்து தன்னைச் சுதாரித்துக்கொண்டு, 'இல்லை மன்னி, இன்னும் ஓட்டணும்' என்று குழவியைச் சுழற்ற ஆரம்பித்தாள். நினைப் பும் சுழல ஆரம்பித்தது.

சொல்லி விடலாம். பிரமாதமில்லை. அண்ணா அதை எப்படி எடுத்துக் கொள்வான். நொந்த மாட்டை காக்காய் கொத்துவது என்று வசனம். அந்த மாதிரி அண்ணாவுக்குப் பட்டுவிட்டால்? அவன் கேட்டது ஒப்புக்குக் கேட்டதாக இருந்து, தன் பதில் மனப்பூர்வமானதாக இருந்துவிட்டால் – சீ, அசட்டுத்தனமாக எதையும் முந்திக்கொண்டு விடக்கூடாது. நினைத்துப் பார்க்காமல் முந்தி சொன்னதுக்கு ஏற்பட்ட அனுபவம் – அந்த ஒன்று போதுமே. 'கணபதி கெட்டிக்காரனா நம்ப ராமு கெட்டிக்காரனா, சாவித்திரி, நீ சொல்லு' என்று மன்னி என்னவோ ஒருநாள் குழந்தை ராமு விஷயமாக ஏதோ அவனைச் சீண்டுகிற தோரணையாகத் தன்னைக் கேட்ட போது, தான் கபடில்லாமல் கணபதியைப் பற்றித் தன்னை

மறந்து புகழ் புராணம் பாடிவிட்டதற்கு மன்னி சொன்னது ஞாபகம் இருக்கே. 'ராமு, உங்க அத்தைக்கு என்ன இருந்தாலும் கொழுந்தன் பேரிலேதான் பிரியம் அதிகம்' என்று குத்திச் சொல்லிவிட்டுப் போனாளே. வருஷம் எத்தனை ஆச்சு. அதற்குப் பிறகு மன்னி குழந்தைகளை இந்த நாள் வரைக்கும் தான் ஒப்பிட்டுப் பேசினதே இல்லை. மன்னிக்கு அந்த வித்தியாசம் – அதற்கு என்ன ஆதாரம் இருந்ததோ – விழுந்து தான் இருந்தது. அந்த வித்தியாசம் எப்படி வளர்ந்தது! மன்னி குழந்தை ஒருநாள் மூத்திரத்திலே கிடந்தது. நான் அந்த வழியாகப் போனவள் பார்த்ததும் கவனிக்காமல் போய்விட்டேனாம். 'அவளுக்கு இதெல்லாம் எதுக்கு நமக்குத்தான் தலையெழுத்து' என்று முனகிக் கொண்டிருந்தபோது தான் யதேச்சையாக அங்கே திரும்பி வந்துவிட, மன்னி சமாளிக்கிறதுக்கு எவ்வளவு சிரமப்பட்டாள். இவ்வளவுக்கும் தான் வாயைத் திறந்து பதில் ஒரு வார்த்தை சொல்லவில்லை. அண்ணாவுக்குத்தான் தங்கை அந்த வீட்டில். மன்னிக்கு அந்த மாதிரி இருக்கணும் என்கிறது இல்லைதான்.

ஆமாம். இந்த நினைப்பெல்லாம் இப்போது எதற்கு மனசுலே எழும்பி வருகிறது. அண்ணாவுக்குத் தான் சொல்ல வேண்டிய பதிலுக்கு ஆதாரம் தேடுகிற முயற்சியா? இந்த அல்ப விஷயங்கள் எல்லாம் சேர்ந்து அதுக்கு என்ன ஒத்தாசை தரப்போகிறது. ஆனால் அல்ப விஷயங்கள் என்று எதைத் தள்ள முடிகிறது. அல்ப விஷயங்கள்தானே ஒரு பெரிய விஷயத்திலே முடிகிறது. இந்த கேஸ் அல்ப விஷயம் தானே. தனக்கு ஒரு வாய்ப் பிண்டத்துக்கு வழி செய்ய நாலு காசு கூடக்குறைய வாங்குவதற்குத்தானே இத்தனை தகராறும். 'சீ! பிறந்தேனே' என்று தன்னையே இகழ்ந்துகொண்டாள்.

'என்ன சாவித்திரி சொல்றே?'

அண்ணாவின் குரல்.

சாவித்திரி திடுக்கிட்டுத் திரும்பிப் பார்த்தாள். தான் வாய்விட்டுப் பேசினதைக் கேட்டானா, இல்லை. தன் கேள்விக்கான பதிலைத்தான் அப்படி விரட்டிக் கேட்டானா அண்ணா.

அண்ணாவுக்குச் சொல்ல வேண்டிய பதில்?

9

அண்ணாவுக்கு என்ன பதில் சொல்கிறது. இதை அவள் அந்த ஒரு இமைக்கிற பொழுதிலே தீர்மானிக்க வேண்டி இருந்ததா. அண்ணா கேள்வி யின் கடைசி அட்சரம் ஓய்ந்த உடனே தன் பதிலும் வந்திருக்கணும்னுதானே அண்ணா எதிர்பார்த்திருப் பான். அண்ணாவுக்குப் பதில் தன் வாயிலே வந்து விட்ட மாதிரியும் அவளுக்குப் பிரமை தோன் றியது. பதில் என்ன, நினைத்து சாவகாசமாக வரு கிறதா என்ன? கேள்வியோட ஓய்வோடேயே தானே பதிலினுடைய உயிர்ப்பும் விழிக்கிறது. தனக்கு இந்த விழிப்புதான் எப்பவே வந்துவிட்டதே, அண்ணா, மன்னி, தான் என்கிற வித்யாசம் ஏற்பட்ட அந்த க்ஷணமே வந்ததுதானே இந்த விழிப்பு. ஆனால் இதை விழிப்புன்னு தான் எப்படிச் சொல்றது. தனக்கு இன்னும் கனவாகத்தானே நடக்கிறதெல்லாம் இருக்கு. அண்ணா தன்னைக் கேட்கிற கேள்வியே கனாவிலே உருவம் இல்லாமல் குரல் இல்லாமல் கேட்கிறமாதிரிதானே இருக்கு தன் நெஞ்சுக்கு. காதுக்கு வார்த்தை தெரிகிறது, நெஞ்சுக்கு? இந்த நெஞ்சு இப்போது எந்த வசத் திலே இருக்கு. அண்ணா கேள்வி அதோட காதிலே புரியும்படியாகப் பட்டதா?

அண்ணா அதைக் கேட்டுவிட்டு நிக்கத்தானே போகிறான். நின்று கேட்காத விஷயத்துக்குப் பதில் எப்படி வரும். அது அண்ணாவுக்குத் தெரியாதா? நின்று என்ன பதிலை அவன் என் கிட்ட இருந்து வாங்கிண்டு போகப்போறான்.

நான் என்ன, பதிலைத் தயார் செய்து வைத்திருக்கேனா? ஆமாம், இரண்டரை வருஷமாக – வாஸ்தவம் – பதில் தயாரித்து வைக்க எனக்கு அவகாசம் போதாதுதான். இன்னும் எத்தனை வருஷம் இருந்தாலும் போதுமோ? இப்படி அடிமடியில் கையைப் போட்ட மாதிரி நின்று ஒரு வார்த்தையை வாங்கிண்டுதான் போகப் போகிறானோ! அம்ம, என் பதிலுக்கு ஏன் இவ்வளவு அவன் தவிக்கணும். அப்படிக்கென்ன என் பதிலுக்கு இப்போது திடீர்னு இவ்வளவு மவுசு. ஏதோ இத்தனை நாளாக என்னைக் கேட்டுத்தான் செய்த மாதிரி. ஏன், மன்னி இருக்காளே, பாக்குக் கடிக்கிற நேரத்திலே மதியூகியாக அவனுக்கு யோசனை சொல்கிறவள். அவள் யோசனை அவனுக்குத் தயாராக இருக்குமே. தயாராக இதுவரைக்கும் நடத்தி இருக்கிறவளே அவள்தானே, அவளுடைய சகுனி யுத்தி... சீ, இந்தக் கசப்பு நினைப்பு ஏன் வருகிறது. மன்னிதான் வித்தியாசத்தைவிட்டுக் காட்டிக் கொண்டாள் என்றால் தானுமா – அது போகிறது.

கோர்ட்டாருக்கு இவன் பதில் சொல்வதற்கு இருக்கு, இவன் என்னைப் பதில் சொல்லச்சொல்லிக் கேட்கிறானே. ஏன், இவன்தான் அவர்கள் கேட்டவுடனே இரண்டிலே ஒன்று பதில் சொல்லி இருக்கிறதுதானே. சாவித்திரிக்காக இவ்வளவு சுதந்திரம் எடுத்துக்கொண்டு அக்கறை காட்டுகிறவனுக்கு அதற்கு சுதந்திரம் நான் கொடுக்கமாட்டேன்னு அவன் நினைச் சுட்டானே? அந்த மாதிரி நினைப்பு அவனுக்கு இப்போது வந்திருந்தால் – அது வரும்படியாக அப்படிக்கென்ன நான் வாய்விட்டு என்னைக் காண்பித்துக்கொண்டுவிட்டேனா? நான்தான் எவ்வளவு ஜாக்கிரதையாக – முனகாமல்கூட இருந்து வருகிறேனே. அண்ணா செய்கிறதெல்லாம் எனக்குப் பிடிக்கவேயில்லைன்னுதான் இன்னும் அவனுக்குத் தெரிய சொல்லப் போகிறவளா நான். அப்படிச் சொல்கிறவளாக இருந்தால் அவன் வாயெடுத்த அன்றைக்கே நான் சொல்லி இருக்கமாட்டேனா? திரிசங்குவாக பூமியையும் ஆகாயத்தை யும் பார்த்துக்கொண்டு நிற்கிறவள் என்ன பதிலைச் சொல்ல. முன்னுக்குப் போக வழி தெரியல்லே. பின்னுக்கும் போக முடியுமா.

ஏன், இதுவரைக்கும் முன்னுக்குப் போக வழி தெரிந்த அண்ணாவுக்கு இப்போது என்ன திடீர் குருட்டுப்பார்வை வந்துவிட்டது, தான் அவன் கையைப் பிடித்து அழைத்துச் செல்ல. சுந்தர மாமாவுக்கும் குப்புசாமி தாத்தாவுக்கும் சுள்ளெறும்புக் கடியாகப் பதில் சொன்னவனுக்கு இப்போ நாக்கு சுருக்கென ஏன் பேச வரவில்லை. வெள்ள ஜலத்திலே நிற்கிற பாதத்தை – கரைக்கிற மாதிரி – மணல் அடியிலே

காலை நிலைகுலையச் செய்கிறது போலே தன் முடிவு ஆட்டங் கண்டு விட்டதுனாலே, அவன் நினைக்கிறபடி நடக்காமல் போயிடுமோ என்கிற பயத்திலே சாவித்திரி மேலே பழியைப் போட்டுட்டு தன் கௌரவத்தைக் காப்பாற்றிக்கொள்ளப் பார்க்கிறானோ.

இதிலே கௌரவம் கௌரவக் குறைவு என்ன இருக்கு. கௌரவம் பார்க்கிறதானால் அந்த அப்பாவுக்கு அன்றைக்கு நாலுவரி எழுதிப்போட்ட அன்றைக்கே பார்த்திருக்கணும். 'என் தங்கைக்கு ஜீவனாம்சமாக இவ்வளவு கொடுக்கணும்' என்று எழுதக் கை துணிந்தபோதே அது கௌரவத்தை விட்டு விட்ட கைதானே. சாமிநாத மாமாவுக்குப் பதில் சொன்ன அப்பா புலிதான், சந்தேகமா? மன்னிக்குப் பதில் சொல்லிக் கொண்டிருக்கிற அண்ணா பூனைதான். சந்தேகம்?

ஆமாம், சுந்தர மாமாவுக்கும் குப்புசாமி தாத்தாவுக்கும் அண்ணா பதில் சொன்ன மாதிரி தானும் அண்ணாவுக்குப் பதில் சொல்லிவிட்டால். அந்த மாதிரி முறித்துப் பேச எவ்வளவு நாழியாகும். அதென்ன பதிலா அவர்களுக்கு அண்ணா சொன்னது? பதில் என்கிறது வெளிவந்த வார்த்தையோடு நின்றுவிடுகிறதா? அண்ணா அவர்களுக்குச் சொன்னது பதில் இல்லை. தனக்குள்ளே எழுந்த கேள்வியைத்தான் கேட்டி ருக்கான். எனக்கு இவ்வளவு பணம் வேண்டும். கிடைக்குமா? அதுதான் கேள்வி. ஆமாம். பணத்தைவிட அவன் வேறு எதை மதிச்சுப் பேசினான். கோர்ட் பேரம் பேசச் சொல்லி இருக்கிறதும் இந்தப் பணம் விஷயமாகத்தானே. அண்ணா வுக்கு இப்போது பணம்தான் பெரிசு. கேஸிலே ஜயிக்கிறதுகூட பெரிசில்லே. இன்னும் சொல்லப் போனால் மனிதர்கள்கூடப் பெரிசு இல்லை. அதற்குமேலே உறவுகூடப் பெரிசு இல்லை. ஆமாம். அவன் சாவித்திரியைத் தன் தங்கையாக மதித்து எதுவும் பேசவில்லை. சாவித்திரியைச் சாக்காகக்கொண்டு பொய் கௌரவம், இன்னும் காசு – இதுகளை மதித்துத்தான் காரியம் செய்கிறான். இப்போதும் அவன் கேட்டிருக்கிற கேள்வியே இந்தக் காசு விஷயமாகத்தான்.

கோர்ட்டார் முன்னாலே ஒரு வார்த்தை 'கேஸ் நடக்கட்டும்' என்று சொல்ல என் பலத்தைத் தேடுபவனாக இல்லை. 'அண்ணா, இதிலே மூன்று பார்வைகள் இருக்கு என்று நீ அன்று சொன்னதிலிருந்து எனக்கும் இதைப்பற்றி யோசிக்கா மல் இருக்க இயலவில்லை' என்றபோது, 'அதைத்தான் உன்னிடமிருந்து இப்போது எதிர்பார்க்கிறேன், இன்று கேஸ் இருக்கிற நிலையில் உனக்கு ஏதாவது சொல்ல இருந்தால் சொல்லேன்' என்றானே கொஞ்சம் முந்தி. என் பலத்தை

எதிர்பார்த்த கேள்வியோ அது? என் அனுதாபத்தை ஆறுதலை எதிர்பார்த்த ஒரு பலவீனமான தவிப்புக் கேள்வியாகத்தானே இருக்கிறது. ஆமாம், அண்ணாவின் ஸ்வரம் இறங்கிவிட்டது. அவனுக்குத் தன் கட்சி நிற்காது என்று பட்டிருக்க வேண்டும். வெளிப்படையாக அவனுக்கு மனதில் பட்டிருக்காது. அடி மனசில் ஏதோ உள்ளோட்டமாக ஒன்று ஓடித்தான் இந்த ஆதரவு தேடும் கேள்வியைப் போடச் செய்திருக்க வேண்டும். இப்போது தான் அதை அண்ணாவுக்கு எடுத்துக் காட்டினால்? ஆனால், அண்ணா ஏற்றுக்கொள்ளமாட்டான், நிச்சயம். தனக்குள் ஊடாடும் முரண்பாடு அல்லது சந்தேகம் அவனுக்குப் புரியாது. அந்த அளவுக்கு அவன் நினைப்பு திட்டமும் உருவமும் பெறவில்லை. அண்ணா குழப்பம் எனக்குத் தெரிகிறது, அவன் கேள்வியிலிருந்து. என் பதிலிலிருந்து அவன் தன் குழப்பத்தை நீக்கி தன்னைத் தெளிவாக்கிக்கொள்ளப் பார்க்கிறான். ஆனால் என் பதில்—?

பதில் என்ற நினைப்பு வரவும்தான் அவளுக்கு, தான் யாருக்கோ வாய்விட்டுப் பதில் சொல்ல வேண்டிய கடமை உள்ளவள் என்று பளிச்சென ஞாபகம் வந்தது. அண்ணாவை நிற்க வைத்துவிட்டு தான் இருண்ட மூலைகளைக் குடைகிற மாதிரி எங்கேயோ சஞ்சரித்துக் கொண்டிருப்பதாகவும் தன் முன்னாலே இருந்த தூலப் பொருள்கள் எல்லாம், கண் பார்த்ததும் வாங்கும் நிலைமையில் இல்லாத ஒரு சூழ்நிலையில் இருந்திருப்பதாகவும் உணர்ந்தாள். இமை திறந்த உடனே கண்ணுக்குள்ளே வந்து புகுந்துகொள்கிற பொருள்களாக அவளுக்கு நினைவு அடித்து வந்தது. தன் கை குழவியை ஓட்டுவதை நிறுத்திவிட்டிருப்பதை உணர்ந்தாள். தனக்கு எதிரே அண்ணாவின் கேள்விக்குரல் வந்த திசையில் தான் உறுத்துப் பார்த்துக்கொண்டிருப்பதையும் உணர்ந்தாள். அண்ணா கேள்வியைக் கேட்டுவிட்டு தன் முன் நின்றுகொண்டிருந்தானா. அதுதான் அவள் உணர்ந்துகொள்ள விரும்பியது. தன் நனவோட்டத்திலிருந்து உலுப்பி விழித்துக்கொண்டு ஊன்றிப் பார்த்தாள்.

அண்ணா போய்க்கொண்டிருப்பதைத்தான் அவள் கண்டாள். அவளுக்குச் சுரீரிட்டது. அண்ணா கேட்ட கேள்வி? அதற்குப் பதில்? அண்ணா தன் முன் வந்து நின்றானா. எவ்வளவு நேரம் நின்றிருப்பான். அவனை நிற்கச் செய்துவிட்டு தான் எங்கோ மன சஞ்சாரம் தன்னை அறியாமலே செய்துகொண்டிருந்துவிட்டாளோ. தான் அண்ணாவின் முகத்தைப் பார்த்துக் கொண்டே இருந்திருக்கிறாளா, இல்லை பார்க்கவே இல்லையா? அப்படியானால் தனக்குள் இவ்வளவும் சுழன்று கொண்டிருந்தபோது, அண்ணா? தன்னையே பார்த்துக்கொண்டிருந்த கண்கள் – உண்மையில் அவை அவளைத்தான பார்த்துக்கொண்

டிருந்ததா – அது அவளுக்கே ஞாபகம் இல்லை. அண்ணாவை அவள் பார்த்ததாகவே பிரக்ஞை இல்லை. ஒருவேளை பதிலுக்குக் காத்திருந்துவிட்டு, தான் எதுவும் வாயசைக்காது இருக்கவே, போய்க்கொண்டிருக்கிறானா. அப்படியானால் அண்ணா எவ்வளவு நேரம் தன் கேள்விக்குப் பதில் எதிர் பார்த்து நின்றிருக்கிறான். தான் எவ்வளவு நேரம் தானறியாமல் சுமரணை இல்லாமல் இருந்திருக்கிறாள்? சுமரணை இல்லாமல் என்றுகூடச் சொல்வதற்கில்லை. தனக்கு சுமரணை இருக்கக் கண்டுதானே இத்தனையும் தனக்குள் ஓடி இருக்கிறது. இத்தனை என்று இப்போது என்னால் மொத்தமாக ஏதோ சொல்ல முடிகிறதே தவிர இப்போது வக்கணையாகக் கோவையாக எனக்குத் திருப்பிச் சொல்ல வராதே. ஏன், நினைக்கவே வராதே. நான் என்ன நினைத்தேன். வசமிழந்த ஒரு நிலையிலிருந்து வசப்பட்ட மற்றொரு நிலைக்கு நான் போயிருந்திருக்கிறேனா. அண்ணா ஏன் போய்க்கொண்டிருக் கிறான்.

ஒருவேளை அவன் என் முன் வந்து நிற்கவேயில்லையா. கேட்டுக்கொண்டே போய்க்கொண்டிருக்கிறானா, ஒப்புக்குக் கேட்டுவிட்டு, அவள் பதில் வந்து என்ன நடக்கப் போகிறது என்ற நினைப்பில். ஆமாம், வாஸ்தவம், என் பதில் அவனுக்குத் தேவையில்லைதான். முள்மேலே வேஷ்டியைப் போட்டுவிட்டவன் அவன்தானே. அவனேதான் எடுக்கணும். அது அவன் சாமர்த்தியம். தான் எடுக்கப்போய் ஏதாவது கிழிந்துவிட்டால். சகதியில் காலை இட்டுக்கொண்டவனே காலை எடுத்துக் கொள்ளட்டும். எனக்கென்ன! நான் ஒரு பகடைக்காய்தானே – அப்பா, அண்ணா, மன்னி, அவர், அந்த அப்பா, அம்மா, கணபதி – ஏன், சுந்தர மாமா, காமாட்சி மாமி, இதற்கெல்லாம் மேலே சாமி ஒருத்தர் இருக்கார். இவர்களுக்கு நடுவே அலை மாறி அலைஅலைச்சு விளையாடுகிற தூசிதானே. இந்தத் தூசிக்குத்தான் எவ்வளவு அந்தஸ்து. அம்ம – நினைத்துநினைத்து மூளைதான் உருகுகிற மாதிரி இருக்கு.

நல்ல பதில்! யார் யாருக்குப் பதில் சொல்லணும். நான் அண்ணாவுக்கு பதில் சொல்லணுமா, எதற்கு? எனக்குப் புரியவில்லையே. அண்ணா கோர்ட்டார் சொல்வதை ஒப்புக்கொள், அந்த அப்பாவையோ அல்லது அவருக்காக சுந்தர மாமாவையோ – அதுவும் இல்லை – வக்கீலுக்கு வக்கீல் பேச விட்டோ நீ பத்துக் குறைக்க, அவர் பத்துக் குறைக்கப் பேரம் பேசி, அதுவும் சரி வராட்டா, அவர்கள் – வக்கீல்கள் நெட்டையோ குட்டையோ ஏதோ பேசி முடிச்சு ஒருபடியாக ஒழிஞ்சுதுன்னு முடித்துத் தொலை என்று சொல்கிறதா? நீ உழக்கை இப்படிப் பிடிக்கணும் என்கிறே. அவர்கள் உழக்கை அப்படிப் பிடிக்கணும்

என்கிறா. உழக்கைக் குறுக்கே பிடித்து அளக்கிற கதையாக ஆகப் போகிறது என்று சிரித்துச் சொல்லவா?

இவ்வளவுக்கு அப்புறம் அண்ணா என் கிட்ட வந்து பதில் கேட்கிறது எவ்வளவு அசட்டுத்தனம் என்றுதான் எனக்குப் படுகிறது. நான் கேட்கிற கேள்விக்குன்னா அண்ணா பதில் சொல்லணும். இது என் விஷயம்தானே. அண்ணா, உன்னை ஒன்று கேட்கிறேன். மனசிலே இருக்கிறதை வாய்விட்டுச் சொல்லு. இத்தனையும் நீ செய்வது உன் தங்கைக்காகவே தானா? அவள் எதிர்காலத்துக்குத்தானா? இதை வாங்கிக் கொண்டுவிட்டால் சாவித்திரியின் வரும் நாட்கள் அத்தனை யும் இன்பமாகப் போகும் என்று மனமார நம்பித்தானா? இதைச் சாதிக்கப் பார்க்கிறாய்? எங்கே சொல்லு என்று கேட்டு விடட்டுமா? அவன் கேள்விக்கு எதிர்க் கேள்வியாக அது இருக்கிற மாதிரிதான் தோணும். ஆனால், அதுதான் என் பதிலாகவும் இருக்கும். அதற்கு மேலே தன் முடிவைப் பண்ணிக்கட்டுமே...

போகிற அண்ணா மீது விழியைத் தொடரவிட்டுக்கொண்டே நினைத்துக் கொண்டிருந்தாள்.

ஆமாம், ஏன் – இந்த அண்ணா நிக்காமல் போய்விட்டான். அவனுக்குப் பதில் நான் சொல்லப்போவது என்ன இருக்கும்னு எப்படித் தெரியும். கேள்வி கேட்டு என் பதிலை விரும்பி ஆழம் பார்க்கிறது போய், தன் குழப்பத்தைக் காட்டிக்கொண் டதாக மாறி, இப்போது ஒப்புக்குக் கேட்டதாக ஆகி, இனிமே... ஒருவேளை அண்ணா என்னை எதுவுமே கேட்கவே இல்லையா? அண்ணா நின்று பேசினதாகத் தெரியவில்லையே, பக்கத்தில் நிழலாடினதாகக்கூட படவில்லையே. அண்ணா 'என்ன சாவித் திரி சொல்றே' என்று கேட்டது தன் மனசுக்குள்ளே கிளம்பின ஒலிக்குரலாக இருக்குமோ. தான் அந்தக் கேள்வியை மனசுக் குள்ளே கேட்டுக்கொண்டது தன் காதிலே பட்டிருப்பதற்கும் அண்ணா அந்தச் சமயம் அந்தப் பக்கம் வந்து போவதற்கும் ஏதோ இசைவு ஏற்பட்டு இருக்கிற மாதிரி இப்போது புரிந்தது. ஆமாம், அண்ணா நின்றோ போய்க்கொண்டோ அந்தக் கேள்வியைத் தன்னை விரட்டிக் கேட்கவில்லை. அவளுக்கே குபுக்கென சிரிப்பு வந்துவிட்டது. சீ, மருண்டவன் கண்ணுக்கு இருண்டதெல்லாம் கிலி. அண்ணாவுக்கு இதேதானா வேலை. ஒரு தடவை கேட்டாச்சு. சரியாகப் பதில் இல்லை, பிறகு பார்த்துக்கலாம் என்றுதான் இருந்திருப்பான். நானாகக் காதுலே கேட்காத குரலுக்கு நெஞ்சுக்குள்ளே ஒலித்த கேள்விக்கா இவ்வளவு பதில் எனக்குள் சொல்லிக்கொண்டேன். வேடிக்கை தான், நல்ல மன மயக்கம்.

எதனால் என்ன, அண்ணாவுக்குப் பதில் சொல்ல வேண்டிய உடனடி அவசியம் இப்போது இல்லை. அந்த மட்டுக்குத் தப்பியாகிவிட்டது. அடுத்ததைப் பிறகு பார்த்துக்கலாம் வருகிற போது. உரலில் குழவி உருளும் சப்தம் காதில் விழுந்தபோது தான் தன் கை குழவியை உருட்டிக்கொண்டிருப்பதையும் தேங்கிக் கிடந்த உளுந்துக் கூட்டு பரவி ஓடுவதையும் அவள் உணர்ந்தாள். ஐயோ, எப்படி மசிந்து போச்சே. மசிகிறதுக்கு இன்னும் என்ன இருக்கு என்று குடகுடெனக் குழவியை ஓட்டி ஆட்டிக் குழவியை எடுத்தாள். பக்கத்தில் இருந்த பாத் திரத்தில் வழித்தாள்.

தன் மனசு, மசியமசிய இழைகிற உளுந்துக் கூட்டாக இப்படி – நச்சுப் பண்ணிக்கொண்டிருக்கிற மாதிரி – ஏன் நெகிழணும் என்று, ஏதோ தன் இதுவரைய மனவோட்டம் அத்தனையும் ஏதோ கனவு மாதிரி போய்விட்டது போன்ற உணர்ச்சியுடன் கேட்டுக்கொண்டாள். தான் செய்ய வேண்டிய முடிவை – பதில் என்றாலும் அது தீர்மானம்தானே – அதை வாய்விட்டுத்தான் இப்போது சொல்லிவிட்டால் என்ன. அது அண்ணாவுக்கு உகந்து இருக்குமா, இல்லை மன்னிக்கு உகந்து இருக்குமா என்று பார்த்துத்தான் சொல்லணுமா. உவக்கிறதும் உவக்காததும் எதை வச்சு முடிவு கட்டுகிறது. அப்போது, நான் சொல்றது அவர்களுக்கு உகக்காது என்று நான் எப்படி நிர்ணயித்தேன். என் மனசுக்குள்ளேதான் இன்னும், அண்ணா வுக்கான பதில் உருவாகவேயில்லையே. உருவாகிறதுக்குச் சாதகமான முதல் நிலையே எனக்கு இன்னும் மனசுலே படல்லியே. என்னத்தைச் சொல்றது.

ஆமாம், அண்ணாவுக்குப் பதில் சொல்ல எனக்கு எதுவும் இல்லைதான் இவ்வளவு குழப்பத்துக்கு அப்புறம். முன்னே செய்த மாதிரியே விட்டுவிடுகிறது. அப்போது வாய்விட்டுச் சொன்னேன். இப்போ சொல்லப் போகிறதில்லை. இப்போது இது அவன் விஷயம்தானே. என் படியே விட்டிருந்தால் – இப்போது நினைக்கிறதில் அர்த்தம் இல்லை. ஆரம்பித்தாச்சு, முடிவு உண்டு. எப்படியோ முடியட்டும். விதியே என்று இருந்துவிட்டால். பெரிய விதிக்கு அடியிலே தான் அகப்பட்டு நசுங்கினதுக்கு அப்புறம், இந்தத் தூசிகளுக்கெல்லாம் . . . அண்ணா பேரம்தான் பேசி, இல்லை – முண்டிப்போயோ கூடக்குறைய வாங்கின பெருமையை நன்றாக அடைந்து கொள்ளட்டும். மன்னியும் பீற்றிக் கொள்ளட்டும் – காசாலே வாழ்வையும் உறவையும் மதிக்கிறதுன்னு வந்துவிட்ட பிறகு. சாவித்திரிக்காகவே அந்தப் பத்தைம்பது காசை அடிச்சு வாங்கி னதாகத்தான் அவர்கள் மெப்பாச் சொல்லிக்கட்டுமே, என்ன.

நாய் விற்றக் காசு குலைச்சதாகத் தெரியல்லே. முண்டைக் கூலியாக வாங்கின பணம்னு சீன்னுடுவார்களா?

பாத்திரத்தில் உளுந்துக் கூட்டை முழுக்க வழித்ததும் கலக்கினாள். 'இந்தா, உப்பைப் போடுகிறேன் சரியா பாரு.' மன்னி குரல். கையள்ளியிருந்த உப்பு மாவில் விழுந்து சொர்ரென்று சப்தம் கிளம்பியது, நினைப்பை வேறு உலகத்துக்கே திருப்பின மாதிரி. 'போதும் மன்னி, தூக்கலாகப் போயிடப் போகிறது.'

உப்பு கரைகிற மாதிரி தன் மனது எவ்வளவு கரைந்து இருக்கு இந்த இரண்டரை வருஷத்தில். அது மட்டுமில்லை. கரிக்கிற அளவுக்குக்கூட விஷயங்கள் தனக்குள்ளே எப்படி ஏறி இருக்கிறது. சாவித்திரிக்கு இந்த நினைப்பு ஓட்டம் தனக்குள்ளே இனிமேல் நிற்கவே நிற்காது போலப் பட்டது. ஒருவேளை இந்த கேஸ் ஒழிந்ததுக்கு அப்புறமாவது, இந்த அலைக்கொடுப்பு விட்டுத்தொலையுமோ. இந்த கேஸ் இன்றைக்கு ஆச்சுன்னு தீர்ந்துவிட்டால் தேவலையே. எந்தக் காசிலே சாப்பிட்டால் என்ன? எனக்கு ஜீரணமாகாதா? இல்லை, எனக்குப் பசிக்கா மலே இருந்துட்டால் கூட எவ்வளவோ தேவளையே. அப்போது இவர்களுக்குள்ளே முண்டிக்கிறதுக்கோ கரிச்சுக்கிறதுக்கோ, இடம்? சீ!...சாவித்திரிக்கு நினைத்துநினைத்து, மண்டை கொதிக்கிற மாதிரி இருந்தது. அண்ணாவுக்குப் பதில், கிடக்கட்டும். எனக்கே நான் பதில் சொல்லிக்க முடியவில்லையே என்ன செய்கிறதுன்னு. கல்லுரலைக் கழுவலானாள். தன் மனசைத்தான் கழுவ முடியவில்லை அவளாலே.

10

மனசைக் கழுவி சுத்தமாக வைத்துக்கொள்ள மனிதப் பிறவிக்கு முடிந்துவிட்டால்தான் அப்புறம் அங்கே குப்பை மண்டிப் போவதற்கு இடமே இல்லையே. புதுக்கூளம் எங்கிருந்தோ அடித்து வந்தாலும் சாணி மெழுக்கு இடத்திலே கால் பாவ இயலாமல் பறந்து ஓடிவிடுகிற ஈயாக வெளியேறி விடவும் செய்யும். சாவித்திரி தன் மனக்களத்தைச் சுத்தமாக வைத்துக்கொள்ளப் பார்க்கப் பார்க்க, நல்ல தூக்கத்திலே, கையாலே விரட்டினாலும் முகத்திலே வந்து திடீரென்று கால்களை ஊன்றி கடிக்கிற ஒலுங்காகத்தான் நினைப்பு அவளைக் குத்திக் கொண்டிருந்தது. எதற்கும் 'முக்கால் மூணு தடவை' என்பதுண்டு, அந்தமாதிரி, தான் இப்படித் தன்னை அலட்டிக்கிறதும் இது மூன்றாம் தடவை என்று தனக்கு நல்ல ஞாபகம் இருக்கிற மட்டுக்கு அவளுக்குப் பட்டது.

வெங்கடேஸ்வரன் இன்னும் கொஞ்ச நாழிகை யில் திரும்பி வந்துவிடுவான்.

அண்ணா இன்றைக்கு என்ன நிலையிலே திரும்பி வரப்போகிறானோ. அதுதான் சாவித்தி ரிக்குக் கவலையாக இருந்தது. காலையில் போகிற போதே ஏதோ கறுவின மாதிரி இதைத்தான் சொல்லிவிட்டுப் போனான். அந்தக் கிழம் மாசக் கணக்காகப் படுத்துக்கொண்டு கிடக்கும். அதுக்காக விஷயத்தை இப்படித் தொங்க விட்டுக்கொண்டு இருக்கிறதா. வக்கீலை உண்டு இல்லை என்று கேட்டு வந்து விடுகிறேன். இப்படி என்னென்னவோ.

உண்டு இல்லை என்று பார்க்கிற அளவுக்கு வெங்கடேஸ் வரனுக்கு மனதில் வீம்பு இருக்கிறது இப்பத்தானா சாவித்திரிக்குத் தெரிந்தது. எனவே அவன் யார்கிட்டவோ சீறின மாதிரி சொல்லிவிட்டுப் போனது அவளுக்கு ஒன்றும் திகைப்பாக இருக்கவில்லை. அவன் திரும்பி வந்து என்ன சொல்லப் போகிறானோ. அதற்கு மேலே பேச்சும் நினைப்பும் வளர்கிறதைப் பொருத்துத்தானே எதுவும் இருக்கப் போகிறது. இப்பவே அதைப்பற்றி . . .

முன் இரண்டு தடவையும் அண்ணா சலித்துக்கொண்டு பேசினான். மன்னி ஏதோ நினைத்தோ நினையாமலோ – ஏன், நினைத்துத்தான் என்றே வைத்துக் கொள்ளலாம், இப்போது சேர்த்து வைத்துப் பார்க்கிறபோது அப்படித்தான் என்றுதானே படுகிறது – வார்த்தைகளை நசுக்கி வைத்தாள். வார்த்தைகள் எப்படியோ வளர்ந்தன. திசை மாறின. மனசு எப்படி எல்லாமோ திருகி நினைத்தது. அண்ணாவுக்குத் தன் நிலை என்ன என்று இன்னும் புரியவில்லை. மன்னி என்ன புரிந்து கொண்டிருக்கிறாளோ. இப்போது தன்னிடம் மன்னி அதைப்பற்றி அதிகம் – அதிகம் என்ன – எதுவுமே பேசுகிறதில்லை. தனக்கு மட்டும் என்ன, தன் நிலை என்ன என்று தனக்குப் புரியவேயில்லை. மாதம் இரண்டாச்சு கோர்ட்டார் யோசனை சொல்லி, தன்னிடம் அண்ணா கேள்வி கேட்டுப் பதில் எதிர் பார்த்து. இப்போது கேள்வியையும் பதிலையும் பற்றி யாருக்கு ஞாபகம் இருக்கு. அண்ணாவுக்கு அது மறந்தே போயிடுத்து. போய்த்தான் இருக்கவேண்டும். அவன் இரண்டு மூன்று தரம் வக்கீலைப் பார்க்கப் போய்விட்டு வந்துவிட்டான். அந்த வக்கீலும் இந்த வக்கீலும் பார்த்துப் பேசிக்கவில்லை. இப்படித் தட்டிப் போய்க்கொண்டிருக்கிறது.

போன தடவை போனபோது, தான் வக்கீலிடம் கண்டிப்பாகச் சொன்னதை மட்டும் அண்ணா சொன்னான். 'இதெல்லாம் சரியாக வராது சார், கேஸை நடத்துங்கோ' என்று சொன்னானாம். அதற்கு வக்கீல் சிரித்துவிட்டுச் சொன்னாராம். 'எனக்கு என்னப்பா தயக்கம் கேஸை நடத்த. எனக்குப் பணம் வருவதை விடுவேனா என்ன.' கடகடெனச் சிரித்தாராம். 'பார்ப்போம். கோர்ட்டார் வழியேதான் கொஞ்சம் போய்ப் பார்ப்போமே; அவர்களுக்கும் திருப்திப்பட்ட மாதிரி இருக்கும். நமக்கே, ஏதோ இன்னும் அலைக்கழிப்பு இல்லாமே முடிந்தால் நல்லதாப் போச்சுபாரு.'

வக்கீலைப்பற்றிக்கூட அண்ணா – அங்கே காட்ட முடியுமா – இங்கே கொஞ்சம் ஆத்திரமாகவே பேசினான். அந்த வக்கீல் காரணம் சொன்னாராம். போன தடவை அவருக்கு உடம்பு சரியாக இல்லை. அந்த அப்பாவுக்கு உடம்பு சரியாக இல்லை

யாம். ஆமாம், ஐப்பசி பிறந்துவிட்டாலே அந்த அப்பா பிளானல் ஷர்ட்டைப் போட்டுக்கொண்டுவிடுவார். காஷ்மீர் சால்வையை எடுத்துப் போர்த்திக்கொண்டுதான் வெளியே புறப்படுவார். ராத்திரி பால்சாதம்தான். நல்ல இழுப்பு – சனியன். என்னபாடு படுத்தும் சாப்பிடுகிற போது, பிராணன் போய் பிராணன் வரும். மாசிக்கு அப்புறம்தான் அப்பா உடம்பு ஒரு உடம்பாக ஆகும்னு அந்த அம்மா சொல்லுவார். இப்போது என்ன அப்படிக் காலில் கஞ்சியைக் கொட்டிக்கிற அவசரம். ஒரு மாதம் இரண்டு மாதம்தான் போகட்டுமே. அந்த அப்பா வக்கீலைப் பார்த்துப் பேசி, இல்லை அவருக்காக சுந்தர மாமா சொல்லி . . . ஏதோ . . . அந்தக் காசு நாளைக்கே வந்துவிட்டால் தயிரும் பாலுமாக சாவித்திரி சாப்பிடப்போகிறேன், சீ . . .

மனுஷனுக்கு வியாதி என்று சொன்னால் கொஞ்சம் காது கொடுத்துக் கேட்டுக்க வேண்டும். நினைப்பே கொஞ்சம் இதமாக ஆகவேண்டாமா? வக்கீல் சொன்னதைச் சொல்கிற போது அண்ணா இப்படியா ஆத்திரத்தைக் கொட்டிச் சொல்லணும். அன்றைக்குக் குப்புசாமி தாத்தா அந்த அம்மா கண்கள் போனதைப்பற்றி பிரஸ்தாபித்தபோது ஒடிச்சுப் பேசினானே அதுமாதிரிதான் இப்பவும். அந்தக் கிழத்தைப் படுக்கையிலே போட்டுக் கிடக்கிறதாம். இப்போது எதுவும் செய்ய முடியவில்லையாம். அண்ணா, தங்கைக்காக நீ எதுவும் செய்கிறவன்தான். நீ செய்ய நானும் இடம் கொடுக்கிறவள்தான். ஆனால், காசு வந்து மனுஷ சுபாவத்தைக் கருக்கிட விடக்கூடாது. அப்படி என்று அவனுக்கு வாய்விட்டுச் சொல்லிவிட வேண்டும் போலத்தான் அவளுக்குத் தோன்றினது. ஆனால், அதைச் சொல்ல முடியுமா? சொல்லி இருந்தால் அண்ணா சடார் என்று வித்தியாசப்பட்டுத்தான் இருப்பான். சந்தேகமா அதிலே. மன்னி இதுவரைக்கும் அவனுக்குள்ளே புகைய வைத்தது என்ன இருக்கோ இல்லையோ, நான் அதை ஊதிவிட வேண்டாமே. அண்ணா ஒருத்தன் அவளுக்கு. அதுக்கு ஏதாவது வந்துவிட வேண்டாம். பழய அண்ணா இல்லை அவன் என்றாலும் தான். எதுக்கும், மாசக்கணக்காகப் படுத்துக் கொண்டிருக்கும் கிழம் என்று தன் காது கேட்க இப்படி விட்டுச் சொல்லிவிட்டுப் போயிருக்க வேண்டாம் அவன். அந்த அப்பாவை – இன்னும் எனக்கு அந்த நினைப்பு அழியவில்லையே – உண்டான உறவை, நாமாக வெறுத்தாலும் அதனாலே அது இல்லை என்று ஆகிவிடுமா. அந்த அப்பாவைப் பற்றி அண்ணா சொன்னபோது எனக்கு மனசு விலுக்கென்றுதான் இருந்தது. அண்ணா சுபாவம்னு ஒதுக்கப் பார்த்தாலும் முந்திமாதிரி தள்ள முடியவில்லை. புலி பூனையாக மாறிவிட்டாலும் பாதகமில்லை, புழுவாகப் போய்விடக்கூடாது.

வாசல் ரேழியில் செருப்புக் கழற்றப்படும் சப்தம் கேட்டது.

‘சாவித்திரி, அண்ணா வந்தாச்சு.’ மன்னி சொல்லிக்கொண்டே கூடத்தில் வாசலுக்கு எதிராகச் சென்று பார்த்தாள். சாவித்திரியும் அடுக்குள் நிலைப்படியில் துணியை விரித்து கைவைத்துப் படுத்திருந்தவள் சுருட்டி மடக்கி எழுந்து துணியில் உட்கார்ந்தாள். அறிவை உபயோகப்படுத்தி ஒரு முடிவு செய்தாலும்கூட உணர்ச்சி அதையும் அமுக்கி எழுந்து – தான் ஆடாவிட்டாலும் சதை ஆடும் என்பதுபோல, அவள் பரபரப்பை வெளிப்படுத்தியது. கொஞ்சம் சுதாரித்துத்தான் தன்னைச் சமாளித்துக்கொள்ள வேண்டி இருந்தது. ஒரு தடவை அண்ணா வந்ததும் வராததுமாகக் கடகடெனப் பேசினான். அடுத்த தடவை தாங்கள் அதைப்பற்றி பிரஸ்தாபிக்க எதிர்பார்த்த தோற்றம் காட்டினான். இப்போ . . .

அண்ணா அவர்கள் முகத்தைப் பார்க்காமலே, ஏன், தேடக்கூட விரும்பாதவன்போல, நேரே வராமல் கூடத்தில் மூலைப் பக்கமாக எதையோ குறிப்பு இல்லாமல் வைக்க அல்லது எடுக்கப் போகிறவன் மாதிரி காலைத் தேய்த்த நடைபோட்டு வளைய வந்தான். அது பளிச்சென அசாதாரணமாகப்பட்டது சாவித்திரிக்கு. அண்ணா அப்படியெல்லாம் நடந்துகொண்டது இல்லை. தயங்குகிறது என்கிறது அவனிடம் கிடையாது.

மன்னி சாவித்திரி முகத்தைப் பார்த்தாள். இடுப்பில் இருக்கிற குழந்தை அப்பா அப்பா என்று வெங்கடேஸ்வரனைக் கூப்பிடுவதையும் அவன் காதிலே போட்டுக் கொள்ளவில்லை. ஊம் என்று ஏதோ இழுத்தமாதிரி இருந்ததது. இழுத்தானோ இல்லையோ. நேரே பின்கட்டுக்குச் சென்றான். போகும்போது மன்னியை ஏதோ ஒரு அர்த்தப் பார்வை பார்த்துவிட்டுப் போனான். அதை சாவித்திரி அடுக்குள் நிலைப்படியில் நின்றே கவனித்தாள். மன்னி அண்ணா பார்வையில் என்ன புரிந்து கொண்டாளோ. கொஞ்சம் தயங்கி நின்றுவிட்டு, ‘சாவித்திரி இந்தா குழந்தை’ என்று வந்து அவளிடம் கொடுத்துவிட்டு தானும் பின்கட்டுக்குச் சென்றாள்.

அதற்குள் வெங்கடேஸ்வரன் கைகால்களை அலம்பிக் கொண்டு முகத்தைத் துண்டால் துடைத்துக்கொண்டே புழக்கடையிலிருந்து பின்கட்டுக்குத் திரும்பி வந்திருந்தான்.

சாவித்திரிக்குப் புரியவில்லை. இதென்ன அண்ணா இப்படி– என்னிக்கும் இல்லாதபடி. தானும் அடுக்குள் ரேழிக் கதவு வழியாகப் பின்கட்டுப் பக்கம் போய் என்னது என்று பார்த்தால் என்ன, கேட்டால் என்ன. அந்தப் பக்கமாக ஒரு எட்டும் வைத்துவிட்டாள். சரட்டென்று பின்னரித்துக்கொண்டாள். ஆமாம், எதுக்கு இப்படிப் பறக்கணும். எனக்கான விஷயமாக

இருந்தால் தானே காதுக்கு வராமலா போகிறது. குழந்தையுடன் கூடத்தில் நின்றுகொண்டு சுவரில் மாட்டிஇருந்த படங்களை அதற்குக் காட்டிக் கொண்டிருந்தாள். கையும் வார்த்தையும் குழந்தைக்கு. ஆனால் மனசு பின்கட்டுப் பேச்சுக்குத் துளாவிக் கொண்டிருந்தது.

'சாவித்திரி, குழந்தையை இப்படிக் கொடு.'

தன் பக்கத்தில் மன்னி குரல். கொஞ்சம் தழதழத்த மாதிரி கேட்டதும்தான், சாவித்திரி தனக்காக ஏதோ சமாச்சாரம் வரப்போகிற உணர்வுடன் திரும்பினாள். 'எதுக்கு மன்னி குழந்தையைக் கேட்கிறாய்?' கொடு என்று மன்னி கேட்க இப்போ அவசியம் எதுவும் இருப்பதாகத் தெரியவில்லை. எதற்காகக் குறித்துக் கேட்கணும். குழந்தையும் அம்மாகிட்ட போகணும் என்று விரும்பவில்லையே. மன்னி பதில் சொல்லாமல் சாவித்திரி முகத்தையும் பாராமல் குழந்தைக்காகக் கைநீட்டிக் கொண்டிருந்தாள். 'வாடா கண்ணு அம்மாகிட்ட.'

அப்பவும் மன்னி அவள் முகத்தைப் பார்த்துப் பேசவில்லை. அண்ணாவோடு குஸுகுஸுன்னு பேசிவிட்டு வந்து குழந்தையைக் கேட்டால் அதுக்கும் இதுக்கும் என்ன சம்பந்தம். 'என்ன மன்னி பதில் பேசாமல் இருக்கே.' குழந்தையை வாங்கிக் கொள்வதில்தான் அவசரம் காட்டினாளே தவிர, சாவித்திரி ஆர்வத்துக்குத் திருப்தியாகப் பதில் சொல்வதில் அக்கறை காட்டிக் கொள்ளவில்லை மன்னி. குழந்தையைக் கையில் வாங்கிக்கொண்ட பிறகுதான் சாவித்திரி முகத்தையே பார்த்தாள்.

'என்ன மன்னி நடந்துடுத்து.' சாவித்திரிக்கு ஏதோ விஷயம் இருக்கு என்கிற மட்டுக்குப் பட்டுவிட்டது. அண்ணா வந்து என்ன சொன்னான் அப்படி. கேசு விஷயமாக என்ன அப்படித் திடீரென்று ஏற்பட்டு இருக்கும். அதனால் இந்தப் பூடகம் எதற்கு, இருக்காதே. மன்னி முகத்தை அவள் எதிர்த்துப் பார்த்த பார்வை புதிர் வாங்கின கண்களாக இருந்தது.

'உனக்குத் தீண்டல்.' மன்னி இழுத்துச் சொன்னாள். ஏதோ மூன்றாம் மனிதர்களிடம் பேசுகிற மாதிரி ஒரு பாவனை.

'தீண்டலா?' சாவித்திரி பதறியே கேட்டாள். யாருக்கு, என்ன, விஷயத்தைச் சொல்லு மன்னி என்று அரட்டுகிற மாதிரி பார்வை. தனக்கு மட்டும் சம்பந்தப்பட்ட ஒன்றா அண்ணா மன்னிக்கு எதுவும் சம்பந்தம் இல்லாமல். 'யார் மன்னி?' குரல் நடுங்கியது.

மன்னி மென்று முழுங்கி ஆரம்பிப்பதற்குள் அங்கே வந்த அண்ணா குரல் முந்திக்கொண்டது. 'உன் மாமனார் போயிட்டார், சாவித்திரி.'

‘என்ன, அப்பாவா?’ வாய்விட்டு சாவித்திரி கேட்டுவிட்டாள்.

அண்ணா நின்று அவள் கலவர முகத்தைப் பார்த்தான். மன்னியும் சாவித்திரி முகத்தைப் பார்த்துவிட்டுக் கணவன் முகத்தைப் பார்த்தாள்.

சாவித்திரி முகத்தில் அழுகை கொப்பளிக்க ஆரம்பித்ததை அவர்கள் பார்க்க முடிந்தது. ‘ஆமாம் முந்தா நாள். நேற்று சஞ்சயனம் ஆன பிறகு கடுதாசி போட்டிருக்கிறார்கள்.’

‘கடுதாசியா, அண்ணா? சாவித்திரி குழப்பத்துடன் கேட்டாள். ‘தபால்காரன் ஆத்துக்கு எதுவும் கொண்டுவந்து கொடுக்கவில்லையே.’

‘நம்ப வக்கீலும் சொன்னார். இப்போ வருகிறபோது தெரு மூலையிலே தபால்காரன் கடுதாசி கொடுத்தான். இதோ. கடுதாசி.’ ஷர்ட் பையிலிருந்து கையில் எடுத்துப் படித்தான். குரல் மெதுவாக இருந்ததே தவிர பாதிக்கப்பட்டதாக இல்லை. கண்ணீருக்கு மேலே கண்ணீராகக் கொதித்து வர அழுகையைச் சமாளித்துக்கொண்டே சாவித்திரி கடிதத் தகவலைக் கேட்டாள். திங்கட்கிழமை தசாஸ்து என்று முடிந்ததும் சாவித்திரிக்கு அந்த இடத்தில் நிற்க முடியவில்லை. அடுக்குள் நோக்கித் திரும்பி நடந்தாள். உள்ளே போய் அழுதாள். அந்த அப்பா... அந்த அப்பா...யாரோ என்று வித்யாசமாக அவளாலே இன்னும் மனசு பழக்கப்படுத்திக்கொள்ள முடியவில்லை. அந்த அப்பாவுக்காக நன்றாக அழவேண்டும் போலிருந்தது.

அழுகைக்கு அடியிலே அவள் மனசும் ஓடிக்கொண்டிருந்தது. அந்த அப்பாவைப் பார்த்து எத்தனை வருஷம் ஆச்சு. சாகிறதுக்கு முந்தி ஒரு தடவை பார்க்க முடியாமல்... அவர்கள் எதுக்கு நமக்குக் கடுதாசிப் போடுகிறார்கள். இந்த அண்ணாதான் அதற்கெல்லாம் வழியே இல்லாமல் செய்துவிட்டானே... அம்மா... கணபதி... இவ்வளவு வயசுக்கு அப்புறம் அந்த அம்மாவுக்கும் இப்படியா நேரணும். தனக்குத்தான் வந்துதுன்னா... அம்மா, நாட்டுப் பெண் காற்று உங்களுக்கும் அடிச்சுடுத்தா... கணபதி... யாரைடா அப்பான்னு கூப்பிடுவே... இப்போ நான் அங்கே இருந்திருந்தால். நானாவது அங்கே இருக்கிறதாவது. சீ, அசட்டு நினைவுக்குக் கணக்கே இல்லையா? அவர்களுக்கு நேர் எதிரியாக – அந்த அப்பாவுக்குச் சரி சமமாகக் கோர்ட்டுக்குப் போனவளாச்சே கையெழுத்துப் போட்டுக்கொடுத்து. அந்த அப்பாவுக்கு என்னைப் பார்க்கணும்னுகூட எதற்குத் தோன்றி இருக்கப் போகிறது. அவர் குரல் கூடத்திலே கேட்டால் சின்ன அடுக்குள் மூலையிலே ஒண்டிக்கிறவளுக்கு, ஒண்டிக்க வேண்டியவளுக்கு இந்தத் தைரியம்னா – அப்பா அப்படித்தானே மனசுலே போட்டுண்டு இருப்பார். அந்த

அம்மாவுக்கும் அப்படித்தானே இருக்கும் ... இதாவது செய் தார்களே, சாம்பல் கரைத்தவுடனே மூணு பைசா கார்டாவது போட்டார்களே, அந்த மட்டுக்கு நான் அவர்கள் வீட்டு நாட்டுப் பெண் – ஒரு காலத்திலே இருந்தவள் என்கிறதுக்காக. அவள் அழுதுகொண்டே இருந்தாள்.

அண்ணாவோ மன்னியோ மேற்கொண்டு எதுவும் தொடர்ந்து பேசவேயில்லை. தான் தனக்குள்ளே வாய்விட்டும் விடாமலும் அழுவதிலே ஏற்பட்ட சப்தம் தன் காதுலே விழுந்துகொண்டி ருந்ததைத் தவிர வேறே எந்த சப்தமும் தன்னைச் சுற்றிக் கேட்கவே இல்லை. ஆமாம், அண்ணாவுக்கும் மன்னிக்கும் என்ன பேசுவதற்கு இருக்கு. தான் இப்படித் தன்னைக் காண் பித்துக் கொண்ட மாதிரி அழுவதே விசித்திரமாகப் படும். என்னத்துக்குச் சாவித்திரி இதைப் பெரிசாக மனசிலே போட்டுக் கொண்டு இப்படி மாய்ந்து கொள்கிறாள் – அப்படித்தான் தோன்றும் அவர்களுக்கு, தன் பார்வையா அவர்களுக்கு? அவர்கள் பார்வை இது விஷயத்தில் இருப்பதுதான் தெரிந்த தாச்சே. தான் ஆடாவிட்டாலும் சதை ஆடும். என் சதைதான் இப்போது என்னை ஆட்டி வைக்கிறது. தான் என்று பார்த் தால், நான் இப்போது இப்படி வாதனைப்படுவதற்கு என்ன இருக்கு. வாதனைப்படுவதற்கு நியாயம் இருக்கிற மாதிரியாகக் கூட தெரிய வராதபடிதானே இதுவரைக்கும் தான் செய்து வந்திருக்கிற காரியம் இருந்து வந்திருக்கு.

சாவித்திரி! மன்னி குரல். அவள் அருகில் மந்தமாகக் கேட் டது. மன்னி தனக்கு, ஏதாவது ஆறுதல் சொல்ல வந்திருக்காளோ, இல்லை, இதுக்குப்போய் இப்படி ....

'என்னவோ அவர் ஆயுசு முடிந்தது.' மன்னி அதைச் சொன்ன விதமே மிருதுவாக இல்லை, கரகரப்பாக அவள் காதிலே பாய்ந்தது. ஊரிலே உள்ள எத்தனையோ பேரைப் பற்றிச் சொல் கிற மாதிரி அதுவும் ஒரு வேதாந்த சமாதானம். அப்படி நிறுத்து, வந்த வார்த்தைகளை நிறுத்துப் பேசும்படியான நிலைக்குத் தானே எல்லாம் வந்திருக்கு, கேசுகூட பணத்தை நிறுத்துப் பேசுகிறதாக இருக்கு. மன்னி அதோடு நிறுத்திவிட்டுப் போய் விட்டாள். தான் விம்மலை அடக்கிக்கொண்டு திரும்பிக்கூட பார்க்காததுனாலே அதோடு நிறுத்திவிட்டாளோ. மன்னி மாதிரி தானும் விட்டு நினைத்துப் பேச முடியவில்லையே. அவர்கள் வீட்டிலே மூணேமுக்கால் நாழி வாழ்ந்த வாழ்வு மறக்க முடிகிற விஷயமா. இல்லை அவர் ... அந்த ஞாபகத்தில் கோவென்று கதறிவிட்டாள்.

சாவித்திரி! அண்ணா குரல். 'வக்கீல் விவரமாகச் சொன் னார். திடீர் என்று மூச்சு நின்றுவிட்டதாம். எப்பவும் வருகிற

சி.சு. செல்லப்பா ஃ 103

இழுப்புதானே, இந்த வருஷம் கொஞ்சம் அதிகமாகப் படுத்து கிறது என்று இருந்தார்களாம்...' அண்ணா, மன்னி மாதிரி இல்லை. அலட்டிக்கிற தங்கைக்கு இரண்டொரு வார்த்தை கூடச் சொல்லணும்னு அவனுக்குப் பட்டிருக்கிறாப் போலி ருக்கு. தவிரவும் நேரில் விஷயம் தெரிந்து கொண்டவன். அந்த சுந்தர மாமா சொல்லி அனுப்பி நேற்று மத்தியானம் அங்கே வந்தவர் ஒருவர் அவர்கள் வக்கீல்கிட்ட சொல்லிவிட்டுப் போனாராம். அந்த வக்கீல் நம்ம வக்கீல் கிட்ட உடனே வந்து விஷயத்தைச் சொல்லிவிட்டுப் போனாராம்.

அண்ணா சொல்லிக்கொண்டே போனான். தானும் துக்கத் துக்கு நடுவிலே தகவலை அறிகிற ஆர்வத்தோடு மனசை நிறுத்திக்கேட்டாள். இவ்வளவையும் அண்ணா சொல்லி வருகிற போது தனக்காகச் சொல்கிறான் என்றுதான் பட்டது. ஆனால் அந்தக் கடைசி வாக்கியத்தை முடிக்கிறபோது அண்ணா சொன்னதெல்லாம் சாவித்திரிக்காக இல்லை தனக்காகச் சொல்லிக்கொண்டான் என்று புரிந்தது சாவித்திரிக்கு. அண்ணா முடித்தது இதுதான். 'போனது இன்னிக்கும் வெட்டி ஜோலி யாகப் போச்சு.'

அண்ணா, அண்ணா. சாவித்திரிக்கு வாய்விட்டுக் கூவிடணும் போலே வந்தது. அண்ணா, பெரிய சாவு அண்ணா. உனக்கு அது துச்சமாக இருக்கா. எனக்கு முக்கியம் அண்ணா. எனக்குப் பாத்தியப்பட்டவர்கள் அவர்கள். அவர்களுக்கு நான் பாத்தியப் பட்டவள். உனக்குத் தெரிந்தும் இவ்வளவு அலட்சியமாகப் பேசுகிறாயே. சாவித்திரிக்குத் துக்கத்துக்கு நடுவிலேயும் இந்த வார்த்தை தாங்கமாட்டாமல் பொருமிக்கொண்டு வந்தது. மனசுக்குள்ளே கத்திக்கொண்டாள். அண்ணா, வெட்டி ஜோலி யாகப் போச்சு என்று சொல்ல உனக்கு எப்படி வாய் வந்தது. நீ போனது வெட்டி ஜோலியாச்சுன்னு கவலைப்படுகிறாயே. அவர் வந்த ஜோலி முடிந்து போச்சு. போய்விட்டார். உன் ஜோலியைவிட அந்த ஜோலி எவ்வளவு முக்கியம் என்று படவில்லையா. உன் ஜோலி இன்றைக்கு முடியாவிட்டாலும் நாளைக்கு முடியலாம். மனுஷன் ஜோலி முடிகிறது ஒரே தடவைதான் அண்ணா. அதுக்கு மதிப்பு வை. பணத்தைத்தான் நிறுத்துப் பேசுகிறே. ஜோலியையும் நிறுத்துப் பார்க்கிறாயே. உன் ஜோலி காக்கலாம். அந்த ஜோலி காக்காது...

ஆனால், அண்ணாவுக்கு இப்படி, ஒரு வார்த்தையாகக்கூட பதில் சொல்லிப் பழக்கப்பட்டவள் இல்லையே. அண்ணாவைத் திரும்பிக்கூடப் பார்க்கவில்லை. பார்க்கவே விரும்பவில்லை. அந்த வார்த்தைகளுக்குப் பின்னாலே முகச்சுளிப்பு எப்படி இருந்தது என்று அறிய. மனது நினைத்துக் கக்கின சொல்

போதாதா. முக விகாரத்தை வேறே பார்க்கணுமா. எதனால் என்ன. அண்ணா வாயிலிருந்து இந்தச் சொல் துப்பின மாதிரி வந்திருக்க வேண்டாம். வேண்டாம், அண்ணா ஒரு நடை வெட்டி ஜோலியாகப் போச்சு என்கிறாயே. நான் ஒருத்தி பிறந்து, இருந்துகொண்டு, இருக்கப் போகிறதே வெட்டி ஜோலி யாகப் போனதுதானே. சாவித்திரி அழுதுகொண்டிருந்தாள்.

அண்ணா வார்த்தையும் மன்னி வார்த்தையும் அவளுக்கு இப்போது கிடைக்காது. கிடைத்தாலும் இப்படித்தான் கிடைக் கும். அழுகையில் துக்கம் கொஞ்சம் சூடாறியது மாதிரி இருந் தது. ஒரு பெருமூச்சால் துக்கத்துக்கு ஒரு சிறு இடை நிம்மதி கொடுத்துத் தன்னைச் சமாளித்துக்கொள்ள முயன்றுகொண் டிருந்தாள்.

அத்தை அத்தை! ... குழந்தையின் குரல் கூடத்திலிருந்து அடுக்குள்ளுக்குள் நெருங்கி வந்துகொண்டிருந்தது.

‘ராஜா, அத்தை கிட்ட போகாதே, சட்டையைப் போட்டுக் கொண்டு.’ மன்னி கூடத்திலிருந்து அலறிப் புடைத்துக்கொண்டு ஓடிவந்து குழந்தையைத் தூக்கினாள். ‘அத்தைக்குத் தீண்டல். சாவித்திரி, கிணற்றடிக்குப் போய் ஒரு முங்குப் போட்டுட்டு வா. ஒரு பத்துநாள் போது போகணும். இன்றைக்கு மூணு நாள்தானே.’ குழந்தையைத் தூக்கிக்கொண்டு கூடத்துக்குப் போய்விட்டாள்.

வார்த்தைகளுக்கு அர்த்தம் உண்டு. வாக்கியத்துக்கு அர்த்தம் உண்டு தெரியும். ஆனால் இந்த வார்த்தைகளையும் வாக்கியங் களையும் சொல்கிற விதத்தில்தான் என்ன வித அர்த்தங்கள் இருக்கின்றன, அவை கொடுக்கின்றன. இல்லை நமக்குப் படுகின்றன. அதுவும் இல்லை, நமக்குப் படுகிற மாதிரி இருக் கின்றன. இப்போது மன்னி, சொன்ன வார்த்தைகள் – சொன்ன விதம் சாவித்திரிக்குச் சுடுகிற மாதிரி இருந்தது. இத்தனைக்கும் பார்க்கப் போனால் சாதாரணமாகத் தோன்றுகிற வார்த்தைகள் தான். இதிலிருந்து ஏதாவது வித்யாசமாக எடுத்துக்கொண்டா லும் இதிலே என்ன விபரீத அர்த்தம் கொள்ள இருக்கு என்று நாளை மன்னி நாலுபேர் முன்னால் வாதிக்கக்கூடிய வார்த்தை கள்தான்.

சாவித்திரிக்கு அங்கே மேலும் உட்கார்ந்து இருக்க முடிய வில்லை. கேள்விக்கோ குத்துப் பேச்சுக்கோ அலட்சியப் பேச் சுக்கோ பதில் கொடுக்க முடிந்தால்தான், கொடுத்துவிட்டால் தான் ஆறுதல் ஏற்படுகிறது. ஆத்திரம் தணிகிறது. ஆனால் அதற்கு வகை இல்லாத இடத்தில் வாங்கிக்கொள்வதற்கு மட்டும் இடம் இருக்க, பதில் கொடுப்பதற்கு இயலாத நிலையில்,

சாவித்திரி எழுந்தாள். இவர்கள் பேச்சுக்கு மதிப்பு வைத்தால்... சொல்லிக்கொண்டாள். சமயலறையிலிருந்து புழக்கடைக்குப் புறப்பட்டாள்.

அப்போது பின் ரேழியில் மன்னி குரல் கேட்டது. 'என்ன வேளையில் கேசு ஆரம்பிச்சுதோ. இப்படி...ஹூம்...'

'நாம் நினைக்கிறது ஒன்று; அது நடக்கிறது ஒன்று. பார்ப் போம்.' —அண்ணா.

அவர்கள் ரகசியமாகப் பேசிக்கொள்ளவில்லை. போகிற சாவித்திரி காதில் விழுந்தாலும் பரவாயில்லை அல்லது விழட் டுமே என்றுதான் பேசிக்கொண்டார்களோ.

சாவித்திரி கிணற்றடிக்கு நேரே சென்றாள். அவர்கள் பக்கம் திரும்பாமலேயே.

11

‘நாம் நினைக்கிறது ஒன்று, அது நடக்கிறது ஒன்று’ – இது யாருடைய வாழ்க்கையில்தான் குறைந்தது ஒரு தடவையாவது நடக்காமல் இருந் திருக்கும். சாவித்திரியோட அண்ணாவின் வாயி லிருந்து புது ஞானோதய வார்த்தையாக இப் போது அது வந்திருக்கலாம். ஆனால் அத சாவித் திரிக்கு எப்பவே பட்டுவிட்டதே. கிணற்றடிக்கு சாவித்திரி மனக்குரலாகப் பேசிக்கொண்டே போனாள். அண்ணா, உன் அனுபவ வட்டத்திற் குள் இப்படி நிகழ்ந்தது முதல்தடவை. அதனால் மனம் முறிந்து வார்த்தைகளை என் காது கேட்க விட்டுவிட்டாய். இந்த வார்த்தை உனக்குள்ளே முடிந்துகொள்ள வேண்டிய வார்த்தையே தவிர என் காதுக்கு அவசியம் இல்லாதது. அண்ணா, நீ நினைத்து என் காதுக்காகச் சொன்னாயோ, இல்லை உன்னை மீறிக் காட்டிக்கொண்டு விட் டாயோ – எதனால் என்ன – நீ நினைத்தது எல்லாம் சரிதானா என்று ஒரு தரம் பின்புரட்டிப் பார்த்துக் கொள். அப்புறம் எதிர்பார்த்தது நடக்காததுக்காக ஆயாசப்பட்டுக் கொள்ளலாம். நினைத்தது சரி யாக இருந்தால் நடக்கிறதும் சரியாக இருக்காது?

மன்னி உனக்கு மேலே ஒரு படிபோய்விட்டாள். அவள் நினைத்துத்தான் இப்போதெல்லாம் சொல் கிறவள். பழய மன்னியா? அவளுக்கு கேசு ஆரம் பித்த வேளை மேலே என்ன ஆத்திரம் வருகிறது. வேளை என்ன பண்ணும் மனிதன் தன் புத்தியாலே பண்ணிக்கிற விவகாரத்துக்கு – மன்னி, ‘இப்படி . . .

ஹ¬ம்' என்று. அப்படி என்ன பெருமூச்சு விடுவதற்குக் குடி முழுகிப் போய் விடும்படியாக நடந்துடுத்து. எனக்குக் கூடத்தான் புக்காத்து வாசற்படியிலே வலது காலை எடுத்து வச்சவேளையை நினைத்துக்கொண்டால் குமுறிண்டு வருகிறது. பின்னாலே, வேளை எண்ண பண்ணும் என்று கேட்டுக்கத்தான் செய்கிறது. அது புத்தியாலே செய்து கொண்டதில்லை. நாமாக, விதியாலே முடிந்துபோட்டு நேர்ந்தது. இரண்டுக்கும் இதுதான் வித்தியாசம். மூளையைச் சரியாக உபயோகிக்காத இடத்தில் வேளைமேல் பழி போடுகிறது என்ன விவேகத்தோடு சேர்ந்தது, மன்னி.

அண்ணாவுக்கும் மன்னிக்கும் தான் ஏதோ நேரிலே பதில் பேசுகிற மாதிரி ஒரு தோற்ற நிலையிலேயே சாவித்திரி கிணற் றடியை அடைந்தாள். கிணற்றில் அவள் விட்ட வாளி தொப் பென்று சப்தம் கிளப்பி ஜல மட்டத்தில் அடித்து உட்கார்ந்த போதுதான் தன் ஞாபகம் திரும்பியது. இப்படி அழுத்தமாக அண்ணா, மன்னியைப்பற்றி தான் நினைத்ததே அவள் பிரக் ஞைக்கு வந்தது. இவ்வளவு கடுமையாகத் தான் நினைத்தது இல்லை அவர்களைப்பற்றி இதுவரையில். ஆனால் இன்னிக்கு ... அந்த இரண்டு வரிகள் தன்னை எப்படி உலுக்கிவிட்டன என்பதை சாவித்திரி உணர்ந்தாள். தன் மாமனார் சாவுகூட அவள் மேல் நினைவில் இல்லை. அவர்கள் வார்த்தைகள்தான் முன் வந்து நின்றது. நன்றாக ஆம்படையானும் பெண்டாட்டி யும் இப்படிப் பேச்சுப் பரிமாறிக்கொண்டார்கள். அப்பா செத்த தகவலைக் கொடுத்த வாயோடேயே இப்படிப் பேச என்னமாக வாய் வந்தது இவர்களுக்கு. பதிமூன்று நாள் காரியம் தான் ஆகட்டுமே. அப்புறம் இதைப்பற்றி வாய்விட்டுப் பேச லாமே. நினைப்பைத் தடுக்க, அடக்க முடியாவிட்டாலும் தன் உதடுகளுக்குள்ளே பொத்தி வைத்துக்கொள்ளக்கூடாதா? இல்லை – துக்கச் சூடுதான் ஆறட்டுமே. இரண்டு நாள், ஒரு நாள் – இல்லை கொஞ்ச நாழிதான் போகட்டுமே. சாவித்திரி என்ன ஜடமா மரமா கட்டையா – தெரிந்துகொண்டு அப்புறம் சாவித்திரி காதுலே போடுங்களேன். உங்க ரெண்டு பேருக்கும் தான் சொல்கிறேன், அண்ணா – மன்னி! சீ என்னமா இந்த மனது விட்டுவிடுகிறது. சாவித்திரி குளிக்கலானாள்.

நான்கூட அந்தப் பதிமூன்று நாள் ஒரு இமைக்கிற நேரம்கூட பின்னாலே தன் வாழ்வைப்பற்றி நினைக்கவே இல்லையே. அவர் நினைவு, அவர் நினைவு, அதிலேதானே அழுதுஅழுது தீர்த்தேன். இப்போதுதான் இந்த ஜீவனாம்சம் கேசு, மண்ணாங் கட்டி இதெல்லாம் பற்றி நினைத்துத் தொலைக்கவேண்டி இருக்கு. இந்த யழவெல்லாம் அப்போது வரும் என்று யார் கண்டா. ஆமாம், யழவுக்கு நடுவிலே கூட நீங்கள் பணத்தைப் பற்றி எவ்வளவு அக்கறையாக நாக்குத் தடுமாறாமல் வாதிக்கிறீர்

கள். அண்ணா, மன்னி, நீங்கள் அப்பாவின் பணத்தைப் பார்க்கிறதைப்பற்றிக் கவலைப்படுகிறீர்கள். நான் அப்பாவின் பிணத்தைப் பார்க்க முடியாமல் போச்சே என்று மனதுக்குள் கரையறேன். உங்களுக்கும் எனக்கும் அதுதான் வித்யாசம்.

ஆனால், அப்பாவின் பிணத்தை நான் பார்க்க முடியாது. நீங்கள் அப்பா பணத்தை ஒருவேளை பார்க்க முடியும். அந்த நம்பிக்கை உங்களுக்கு நிச்சயமாக இன்னும் இருக்கும் என்று தான் நான் நம்புகிறேன், அப்பா போனதுனாலே அவர் காசு இல்லைன்னு போயிடுமா? ஏதோ இப்போதைக்கு ஒரு சின்ன தடங்கல் – அவ்வளவுதானே உங்களுக்கு. எப்போடா கிரேக்கியம் ஆகப்போகிறது என்று காத்துக்கொண்டிருந்து வக்கீல் கிட்ட மேல் யோசனைக்குப் போய்விட மாட்டானா இந்த அண்ணா. இல்லை ஆறப்பொறுக்காமல் இப்பவே ஒரு நடை போய் வக்கீலைப் பார்த்துவிட்டு வந்தாலும் வருவான். மன்னியாலும்தான் சும்மா இருக்க முடியுமா?

அண்ணா – மன்னியைப்பற்றி இவ்வளவு தான் நினைக்க ஏன், எப்படி ஏற்பட்டது என்று சாவித்திரிக்குள் மறுபடியும் ஒரு திடீர்க் கேள்வி. அவர்கள் அன்றைக்குப் பேசினதும் நடந்துகொண்டதும் தனக்கு இன்னும் ஆறவில்லை. அவற்றிற்குப் பின் இருந்த அர்த்தமும் மனப்போக்கும் இன்னும் எதை எல்லாமோ அவள் மனவோட்டத்திற்குள் குப்பை கொட்டிக் கொண்டிருந்தது. சம்பந்தம் இருக்கோ இல்லையோ இல்லை – எதுக்கும் எதுக்கும் முடிந்து போடுகிறதோ அதுவும் இல்லை – நினைத்ததற்கு ஆதாரமாகப் பழசை எல்லாம் புரட்டிக்கொணர்ந்து அதுக்குத் தான் நினைக்கிற சாயம் தீட்டி நியாயம் காட்டிக்கொள்ளப் பார்க்கிறதோ – என்னமோ, சாவித்திரி மனது கரை மீறி ஓடுகிற வெள்ளமாக ஆவேசப்பட்டது.

அப்பா செத்துபோன தகவலைத் தனியாகவும் அண்ணா – மன்னி – கேஸ் – பண அக்கறையைத் தனியாகவும் அவளாலே பிரித்துப்பார்க்க முடியவில்லை. ஒன்றிலே மனதைச் செலுத்தப் பார்த்தால் மற்றதும் அதிலே வந்து புகுந்துகொள்கிறது நினைப்பை சகதியாகக் குழப்பிக்கொண்டு. அப்பா சாவு அவளுக்கு மறுபடியும் ஏழெட்டு வருஷத்துக்கு முந்தி – அன்று நடந்ததை எல்லாம் நினைவுக்குக் கொண்டு வந்தது. அவர், அப்பா அம்மா, கணபதி, சுந்தர மாமா, பண்ணைக்கார மருதன், அவர்களோடெல்லாம் பேசினது, நடந்துகொண்டது அந்த வீட்டில் தான் வளைய வளைய வந்தது எல்லாம் துல்யமாக அவள் மனசில் நடந்தது. அதோடு இங்கே தன் அம்மா, அப்பா ஆசையுடன் தன்னை ஒரு தக்க இடத்திலே, என்றைக்கும் பசியாமல் இருக்கக்கூடிய இடத்திலே பெண்ணைக் கொடுத்துவிட்ட திருப்தியுடன் நிம்மதி

மூச்சுடன் பேசிக்கொண்டதும் நினைவில் சுழன்றது. சாமிநாத மாமாவுக்கு அப்பா பதில் சொல்லியது ஞாபகத்தில் பளிச்சிட பிறகு அண்ணா ஜீவனாம்சம் கேட்க வார்த்தை விட்டதும் அதைத் தொடர்ந்து இப்போவரைக்கும் நடந்து வந்திருப்பதும் பேசி இருப்பதும் கூடவே வந்தது.

முதலில் அம்மா போனாள். அம்மாவோடு எல்லாமே அவளுக்கு, போய்விட்ட மாதிரி இருந்தது. ஆனால், அப்படி ஆகவில்லை பிறகு. ஆனால் பிறகு அவர் போனபோது நிச்சய மாகத் தான் முறிந்துதான் போனாள். எழுந்திருக்க முடியாத படி அடித்துத் தரையோடு தரையாகக் கீழே தள்ளி விட்டது தெய்வம். தெய்வம் – விதி எதனால் என்ன? அப்புறம் அப்பா போனபோது... எல்லாம் அப்போதைக்கு எல்லாமே போய் விட்ட மாதிரிதான் இருக்கு. ஆனால் பின்னாடி எல்லாம் சரியாகத்தான் போய்விடுகிறது. குலுக்கிவிட்ட மரக்காலுக் குள்ளே எல்லாம் படிந்துதான் போய்விடுகிறது. ஏன், அந்த ஏக்கம், துக்கம் எல்லாம் மடிந்துகூடப் போய்விடுகிறது இந்த மனசுக்கு எதையும் ஏற்றுக்க முடிகிறது, தள்ளவும் முடிகிறது. ஆனால் ஒன்று. அதுக்கு அந்த அக்கறை இருக்கணும். அப்பா வுக்கு அப்புறம் இப்போது இந்த அப்பா...

இந்த நாலு சாவையும் தான் பார்த்தாச்சு. நாலும் தன்னை ஒன்றைவிட ஒன்று போட்டி போட்டுக்கொண்டுதான் பாதிச் சிருக்கு. அவர் செத்து... தன்னை மூலையில் உட்கார்த்தி வைத்தது. அந்த அம்மாவே தன்னிடம் கதறிச் சொன்னாளே தன் முகத்தைப் பார்த்து: கிளி மாதிரி உன்னை மூளியாக்கி மூலையிலே உட்கார்த்தி வைக்கறதுக்கா என் வயத்துலே வந்து பிறந்தான் இந்தச் சண்டாளப் பாவி. தான் கூட, ஏம்மா, அவரைப்பற்றி சொல்றேள். நான் கிளியே இல்லேம்மா. நான் சாகுருவி. அவர் தலைக்கு மேலே பறந்து அவர் உசிருக்கு உலை வைத்தவள் என்று பதறிச் சொல்லவில்லையா. அவருக்கு முன்னாலே தான் போயிருந்தால். அப்பாகூட அதைத்தானே சொன்னார். உங்கம்மா கொடுத்து வைத்தவள். இந்தக் கண் றாவியைப் பார்க்காமல் கண்ணை மூடிக்கொண்டுவிட்டாள். நான்தான்... இதுக்கு நீ போயிருந்தால்கூடத் தேவளை. பெண் போயிட்டாள் என்று பத்துநாள் அழுதுட்டு அப்புறம் அப்படி ஒருத்தி இருந்தாள் என்று நினைத்துக்கொண்டு பிறகு மறந்துட்டு இருக்கலாம். இப்படிக் கண் முன்னாலே, குத்துகிற மாதிரி நீ இந்த அலங்கோலத்திலே நடமாடிண்டு இருக்கிறதை ஆயுசு பூராவும் பார்த்துக்கொண்டு இருக்கணும்னு... அந்த அம்மா வுக்குப் பதில் சொல்ல இருந்தது. தன் அப்பாவுக்குத் தான் பதில் சொல்ல எதுவும் இல்லை. அண்ணா இப்போது சொன் னானே நினைக்கிறது நடக்கிறது என்று, அது மாதிரிதான்.

அப்பா நினைக்கிறபடியோ, தான் நினைத்தபடியோ நடக்கிறது என்றால் ... உடன்கட்டை ஏறுகிற காலமாக இருந்தால் சாத்ய மாகி இருக்கும். இல்லை; அரளிக்காயை ... சீ, இந்த அசட்டு நினைப்பெல்லாம் ... தான் அப்போது ஒதுக்கினதும் ...

இப்போ இந்த அப்பா ... நாலாவது. அந்த அம்மாவையும் கணபதியையும் விட்டுட்டுக் கண்ணை மூடிண்டு போயிட்டார். அம்மாவுக்கு எப்படி இருக்கும். நாட்டுப்பெண் இந்தக் கதிக்கு ஆளானதுக்கே அப்படித் துடித்தாளே. இப்போ தனக்கு வந்ததுக்கு. அம்மா, நீங்கள் எப்படிக் கதறுகிறீர்களோ. கணபதி, அண்ணா செத்ததுக்கே என்னை கட்டிக்கொண்டு அப்படிக் கதறினாயே. இப்போ ... சுந்தர மாமா மடியிலேதானே சுருண்டு கிடப்பே நீ எப்பவும். இப்பவும் அப்படியா. சுந்தர மாமா உன்னைப் பார்த்துக்க இருக்கார். ஆனாலும் ... கணபதி ... அம்மா ... மனக்குரலாகக் கூப்பிட்டுக் கேட்டாள். இப்போ நான் அங்கே இருந்தால் ஒருவேளை ... ஹ்ூம் ... நடக்காததுக்கு ... புடவையைக் கல்லில் அறைந்து தோய்க்கிற வேகத்தில் ஏற்பட்ட படபடப்பில் ஒரு பெருமூச்சு வாங்கிக் கலந்தது.

இது கல்லாக இருக்கக் கண்டுதான் இவ்வளவு அறையைத் தாங்கிக்க முடிகிறது. தன் மனசுக்கு இந்த அழுத்தமும் பலமும் இல்லையே. இந்த நாலு சாவுனாலேயும் அமுங்கிக் கொடுக்கிறதே. தன்னை அமுக்கி விடுகிறதே. இந்த நாலுலே எது தன்னை ரொம்ப நசுக்கி இருக்கு. அம்மா, அப்பா ... ஹ்ூஹ்ூம் அவர், அதுக்கு அப்புறம் இந்த அப்பா. இந்த இரண்டுக்கும், ஆமாம், வித்யாசம் இருக்கு. அம்மா அப்பா விஷயம் தனக்குப் பிரச்னை எதையும் கிளப்பிடவில்லை. போய்விட்டாளே என்று துக்கம். அதுவும் ஆறிவிட்டது என்றே சொல்லணும். ஆனால் பின்னது இரண்டும் அவளுக்குப் புதிர்களைப் போட்டுவிட்டது. அவர் போனது அந்த வீட்டை விட்டே விரட்டினது மாதிரி இங்கே கொண்டுவந்து சேர்த்தது. இங்கேயே நிரந்தரமாகத் தங்கப் போகிறவள். அங்கே தங்கப் போகிறவள் இல்லை என்கிறதுக் காகத்தான் பத்து நாட்களுக்குள் ஒருநாள் தன்னை இங்கே அப்பா அழைத்துக்கொண்டு வந்தார். ஆறேழு வருஷமாக இங்கேயே தங்கியிருந்தாச்சு. பழகிப்போய் விட்டது. பழகிப் போனது என்ன, அதுக்கு ஆறு மாதத்துக்கு முந்தி வரையும் இங்கேயே வளையவளைய வந்தவள்தானே. ஏதோ நடுவில் வந்தது நடுவிலே போனது மாதிரி. வேற பிரச்னை எதுவும் இல்லை அப்பா இருந்த வரைக்கும். வேறே பிரச்னை வேணுமா, அது ஒன்று போதாதா.

ஆனால், அப்பாவுக்கு அப்புறம். அண்ணா கையில் பிரச்னை எதுவும் கிளம்பாது என்றுதான் நினைத்திருந்தாள். தன்

ஒரே தங்கையை அவன் காப்பாற்றாமலா இருக்கப் போகிறான். அந்தக் கவலை எல்லாம் அவளுக்கு இல்லவே இல்லை. இல்லவே இல்லை என்ன. ஏற்படவே இல்லை. மனசுலே நினைக்கவேயில்லை மன்னியைப் பற்றியும் அவளுக்கு நிச்சயம். ஏதோ பட படப்புக்காரி. செல்லமாக உத்யோகஸ்தர் வீட்டிலே வளர்ந்த பட்டணத்துப் பெண். இருக்கும் ஏதோ ஒரு மூலையில் கொஞ் சம் இருட்டு இடம். அவ்வளவுதான். அனுசரித்துப் போகத் தான் கொஞ்சம் கற்றுக்கொண்டுவிட்டால் ஏதோ – இருக்கப் போகிறது எவ்வளவோ – அண்ணா மன்னி குழந்தைகள் இந்த உறவிலேயே நாட்களைக் கழித்துவிட்டுப் போயிடலாம். பழசுக் காகத் துக்கப்பட்டு நிறைவேறாததுக்காக எல்லாம் ஏங்கி ஒடுங்கி மனதைவிட்டுட்டு இருக்கத் தான் விரும்பவில்லை. அப்படித் தானே ஒருவிதமாகத் தான் கணக்குப்போட்டிருந்தாள். ஆனால் . . .

தன் கணக்குப் பொய் என்று சொல்கிறமாதிரி இந்தக் கேசு வந்துவிட்டது. அது புது பிரச்னையைக் கொண்டு முன் னாலே நிறுத்திவிட்டது. தான் இதை எதிர்பார்க்கவே இல்லை. அதெல்லாம் பழங்கதை. ஏதோ தடத்திலே போகிற வண்டியாக விஷயம் முடியும் என்றுதான் லேசாக நினைத்தாள். ஆனால் முள்ளு மேலே உலர்த்தின வேஷ்டியாக இப்படி ஆகும் என்று தான் நம்பவே இல்லை. ஏன், நினைக்கவே இல்லை. இதுக்கு யார் பொறுப்பு. அண்ணாதானா, அவர்களா. அண்ணாவேதான். இப்போது அவளுக்கு நிச்சயமாகப் பட்டது. இத்தனை நாளையப் போக்கையும் பார்த்துதான் முடிவு கட்ட முடிந்தது. எந்த ஒரு இடத்திலாவது அண்ணா கொஞ்சம் சுருதியைத் தணித்து இருந்தால். சுருதியை இறக்கிப் பேசுகிற அண்ணாவா. இப்போது ‘நினைத்தது நடந்தது’ என்றெல்லாம் பேசுகிறானே. இது சுருதி இறங்கிப் பேசின வார்த்தைகளா, இல்லை, உயர்த்துவதற்கு முஸ்தீப்பா? அப்பாவும் இப்போது போய்விட்டார். யாரை வைத்து அண்ணா வீம்பு காட்டினானோ அவரும் இல்லை. இப்போது அப்பா போனது அண்ணாவுக்குப் புதுப்பிரச் னையைக் கிளறிவிட்டுவிட்டது. அண்ணாவுக்கு மட்டுமென்ன, தனக்கும்தான். இப்போது அண்ணா என்ன செய்யப் போகிறான். அவன் மூளையைக் குடைந்து கொண்டிருக்கிற யோசனை என்னவாக இருக்கும். அதெல்லாம் தான் போட்டு மூளையைக் குடைந்து கொள்வானேன். அவன் எதுவும் செய்துவிட்டுப் போகட்டும். போவான். வக்கீல் யோசனைதான் அவனுக்கு இருக்கவே இருக்கு. ஆனால், தான். தனக்கு என்ன யோசனை. இந்த விஷயத்தில் மூன்றாவது பார்வைக்காரி அல்லவா நான்.

வாளி ஜலத்தை இறைத்துத் தலையில் விட்டுக்கொண்டாள். அப்பாவுக்குக் கிட்ட இருந்து வேறே எதுவும் செய்ய முடிய

வில்லை. அவருக்கு அப்பா எனக்கும் அப்பாதானே. அந்த வீட்டில் இருந்தால் அப்படித்தானே சொல்லிக்கொண்டே இருப்பேன். அந்த உறவு புதுசாக முளைத்ததுதான் ஆனாலும், எவ்வளவு நெருக்கிக் கொணர்ந்துவிட்டது. அந்த உறவுதானே இப்போது இந்தக் காகிதத்தைப் போட வைத்திருக்கிறது. கடுதாசிப் போட்டு அவர்கள் இன்னும் உறவு விடவில்லை என்கிறதைக் காட்டிக்கொண்டு விட்டார்கள். இந்த ஒரு முங்குப் போட்டு நானும் அந்த உறவைக் காட்டிக்கிறேன். நான் ஒருத்திதானே இந்த ஆத்தில் அப்பாவுக்கு முங்குப் போடுகிறவள்.

அண்ணா, நீ அன்றைக்குச் சொன்னாயே. அந்த வார்த்தை எவ்வளவு சரியாகச் சொன்னாய். உனக்கு இப்போது ஞாபகம் இருக்கோ இல்லையோ. எனக்கு எப்படிப் பதிந்து இருக்கு தெரியுமா. சாவித்திரி, அவர்கள் வீட்டுப் பிள்ளை போனதினாலே நீ அவர்கள் வீட்டு நாட்டுப்பெண் என்கிறது போய்விடாதே என்று சொன்னதைத்தான் எடுத்துச் சொல்கிறேன். இப்போது பாரு. நான் அவர்கள் வீட்டு நாட்டுப்பெண் என்கிறதுக்காகத் தானே இந்தக் கடிதாசி அண்ணா. உன் கேசுக்காக மட்டும் இல்லை; உன் வீம்புக்காக மட்டும் இல்லை. அவர்கள் வீட்டில் எது நடந்தாலும் எனக்குக் கடுதாசி வரும். வரத்தான் செய்யும். அந்த வீட்டில் நடக்கிற நல்லது பொல்லாதது எல்லாத்துக்கும் நான் பாத்தியப்பட்டவள். இப்போது நல்லதுக்குக் கடுதாசி இல்லை. கெட்டதுக்கு வந்திருக்கு. நல்லது, கெட்டது – உறவு உறவுதானே.

ஆமாம். இந்த உறவை வச்சுத்தான் அண்ணா கேசைப் போட முடிந்தது. ஆனால் உறவைத்தான் ஏற்க மனசு இல்லை இவர்களுக்கு. உறவை வச்சு உறவை மறுக்கிற காரியம். உறவை மறுத்து உறவு கொண்டாடுகிற காரியமும்கூட. நல்ல வேடிக்கை. அண்ணா, மன்னி, இது உங்களுக்கு முரணாகப் படல்லே? எப்படிப் படும். படாதுதான். பணத்தில் குறி வைத்த அப்புறம் பணம் உறவை வச்சு வந்தால் என்ன உறவை முறிச்சு வந்தால் என்ன. அந்தப் பணத்துக்கு தோஷம் ஏற்பட்டிருக்குமா என்ன. மனுஷர்கள் குணத்துக்குத்தான் தோஷம் ஏற்பட்டிருக்கும். அது தான் மிஞ்சும். இந்தப் பணம் மிஞ்சாது. போய்விடும். சாவித்திரிக்குக் குமுறி வந்தது. உடம்பிலே குளிர் ஜலம் படப்பட – உள்ளே இருக்கிற வேக்காடு குப்பென்று கிளம்புகிறமாதிரி. தலையைத் துவட்டிக்கொண்டு புடவையைப் பிழிந்து கொண்டிருந்தாள்.

தன் மனது ஏன் இப்படிப் பிழிபடணும். பிழிபடுகிறது மட்டும் இல்லை, கிழிபடணும். உண்மையில் தன் நெஞ்சு இப்போது கிழிந்துபோய் கந்தலாகத்தான் இருந்தது. இந்தக் கேசுனாலே ஐந்து வருஷமாக – தான் வாரிக் கொடுத்து

அடைந்த துக்கத்துக்கு எல்லாம் சமாளித்துக் கொடுத்து – தன்னை ஒருவிதமாக வரப் போகிற நாட்களுக்குத் தயாராக்கிக் கொண்ட அப்புறம் இப்படி வந்ததானால் –

அப்பாவும் கோர்ட்டுலே வந்து அண்ணாவுக்கு எதிராக நிற்காமல் இரண்டரை வருஷமாகத் தள்ளிக் கொடுத்து, கடைசியிலே இருக்கிறவா எப்படியும் மோதிக் கொள்ளுங்கோ என்று தான் மானியாப் போய்விட்டார். அண்ணா, நீயும் நானும் இப்போது யாருகிட்ட மோத, சொல்லு, அம்மா இருக்கிறாள் கண் அவிஞ்சு. அந்தக் குஞ்சான் கணபதி இருக்கிறான். இப்போது அவர்கள்தானே உனக்கு எனக்கு எல்லாம் எதிரி. என்ன செய்யப் போகிறாய். அவன்தானே வாரிசு. அவன் கிட்ட அடித்து வாங்கப் போகிறாயா? கணபதி எனக்கு ஜீவனாம்சம் கொடுக்கப் போகிறானா. அண்ணா, அப்பா இருந்து கொடுத்தாலும் கைநீட்டி வாங்கிக்கிறதிலேயாவது அர்த்தம் இருக்கு. இந்த வார்த்தையையும் உனக்காகச் சொல்கிறேன். எனக்குத்தான் இந்தக் கேஸே புரியவில்லையே – எதுக்கு என்று. இத்தனை நியாயம் நீ பேசினதுக்கு அப்புறமும். ஏன் – அண்ணா, நீ கேட்கிறது தப்பு தப்புன்னுதான் மனது அடித்து அடித்து சொல்லிக்கொள்கிறது. ஆனால், உன் கிட்டத்தான் வாய்விட்டுச் சொல்லவில்லை. சொன்னால் நீ எப்படி எடுத்துக் கொண்டிருப்பாயோ என்று. இரண்டு யோசனைகளுக்கு நடுவில் அகப்பட்டுத் தத்தளிக்கிறவனாகவே நீ இருக்க வேண்டாம். ஒரே கைப்பாடாகவே காரியம் நடக்கட்டும் என்றுதானே இருந்திருக்கிறேன்.

ஆனால் இப்போ நானும் கொஞ்சம் அழுத்தமாகவே இதெல்லாம் பற்றி யோசிக்க ஆரம்பித்த அப்புறம் எனக்கும் என்னெல்லாமோ நினைக்கத் தோன்றுகிறது. ஏன், சொல்லக்கூடத் தோன்றுகிறது. அன்னிக்கு என் கேள்விக்கு என்ன பதில் என்று நீ கிட்டிபோட்ட மாதிரி கேட்ட போது பதில் சொல்வதற்குத் தப்பினால் போதும் என்று இருந்தது. என்ன சொல்வது என்றும் புரியவில்லை. இப்போது உன்கிட்ட எதெல்லாமோ சொல்லணும் என்று தோன்றுகிறது. அதெல்லாம்தான் இப்போது எனக்குள்ளே உனக்குப் பதில் சொல்கிற மாதிரி எல்லாம் பேசிக் கொள்கிறேன். இத்தனையையும் வாய்விட்டுச் சொன்னால், இல்லை வாதாடினால்? ஆனால் அப்படி எல்லாம் உன்னிடம் சொல்லி வாதாடி குழந்தை முதலே பழக்கப்பட்டவள் இல்லையே. இன்றைக்கு என்று நான் என்ன அப்படி உனக்கு மீறிப் பெரியவள் ஆகிவிட்டேனா, தாராளமாக விட்டுப் பேசுவதற்கு. சாவித்திரிகூட இப்படிப் பேசுகிறாளா என்று நினைப்பாய். அதனாலேதான் மனதுக்குள்ளேயே அடக்கிக் கொண்டு வருகிறேன். என் மனவோட்டம் எல்லாம் உனக்குத்

தெரிய வேண்டாம். அப்பப்போ நான் குடைந்து கொள்கிற தெல்லாம், நடக்கிறதுக்கு எல்லாம் பேசப்படுகிற வார்த்தைக் கெல்லாம் நான் என் உரைகல்லில் தீட்டிப் பார்த்துக் கொள்வ தெல்லாம் உனக்குத் தெரிய வேண்டாம். மன்னிக்குத் தெரியவே வேண்டாம். என்ன இருந்தாலும் அவள் ஒரு படி தள்ளி உள்ளவள்தானே நமது உறவிலே.

ஆனால் அண்ணா, இவ்வளவுக்கும் அப்புறம் – இந்த அப்பா வும் போன பிறகு நடக்கப் போகிறதைப்பற்றி உன் மாதிரியே நானும் பேசிக்கணும்னுதான் தோன்றுகிறது, உன்னிடம் அதைப் பற்றி சொல்லணும் என்றுகூடத் தோன்றுகிறது. நீயாக என் கிட்ட கேட்காவிட்டாலும்கூட. அந்தப் பதில் எப்படி இருக்கும். எனக்கு இப்போது தெரியாது. நான் கோடித்து எதையும் மனதிலே முடிந்துபோடவில்லை இன்னும். என் மனசு இப்போது இருக்கிற நிலை எனக்கே புரியவில்லை. தொட்டவா மேலே பழி என்கிற நிலையில் இருக்கிற மாதிரி இருப்பதாகப் படுகிறது. அது ஏற்கெனவே சல்லடையாகத் துளைக்கப்பட்ட நெஞ்சு. இன்னொரு குத்து அது தாங்காது. ஆமாம். நீயோ மன்னியோ மேலே ஒரு வார்த்தை சொல்லாமல் இருக்கணும். உங்களால் இருக்க முடியுமா? எனக்குச் சந்தேகம்தான். ஹூம்... அப்பா... அங்கே இருந்தால் பெண் இல்லாத குறைக்கு மாட்டுப் பெண்ணாவது தண் கொண்டு வந்திருப்பேன்... அந்தச் சாந்தியாவது... கிணற்றடியிலிருந்து பின்கட்டுக்குத் திரும்பி வந்தாள்.

‘புடவை அதோ போட்டிருக்கேன் சாவித்திரி. ரேழிக்கொடி யையும்கூட உனக்காக ஒழித்து விட்டிருக்கேன். அதுலே உன் புடவையை உலர்த்திக்கோ.’ அடுக்குள்ளிலிருந்து மன்னி குரல். அதே சமயம் சமயலறையிலிருந்து ‘அத்தை அத்தை’ – குழந்தை சாவித்திரி திசையில் தத்தக்க பித்தக்க நடைபோட்டு ஓடிவந்தது. ‘அட சனியனே, அத்தைக்குத் தீண்டல்னா. அரணாக்கயிறோடே தாவி ஓடுகிறது.’ மன்னி ஓடிவந்து குழந்தையை ஒரு தட்டுத் தட்டித் தூக்கினாள். ‘பத்து நாளைக்கு இந்த அரணாக்கயிறை அவிழ்த்துத் தொலைச்சுடறேன். அப்புறம் அத்தைகிட்ட போ. அவள் இடுப்பிலே உட்கார்ந்துட்டு என் இடுப்பிலேயும் வந்து உட்கார்ந்து முங்குப் போட வைக்காதே. அவளுக்குத் தீராது.’ மன்னி தன் சுபாவக் குரலில்தான் பேசினாள்.

‘குழந்தைக்கு என்ன தெரியும். அதை அடிக்கிற. அவிழ்த்துத் தான் வைத்துவிடேன்.’ அண்ணா அமர்த்திய குரலில் சேர்த்தான். கூடத்திலிருந்து உலர்ந்த புடவையைக் கையில் எடுத்தவாறே சாவித்திரி அப்படியே நின்றுவிட்டாள்.

12

இப்போதுதான் சாவித்திரி நினைத்துத் தனக் குள் சொல்லிக்கொண்டாள். 'நீயோ மன்னியோ மேலே வார்த்தை எதுவும் சொல்லாமல் இருக்கணும்.' ஆமாம் – அதுக்குள்ளே மன்னி ஒரு காட்சியே நிகழ்த்திவிட்டாள். இனிமேல் நடக்கப்போகிற தெல்லாமே இந்தமாதிரி காட்சிகளாகத்தான் இருக்கப்போகிறதோ. புடவையைக் கையில் பிடித்த வாறே அதிர்ந்து நின்றாள் சாவித்திரி. மன்னிக்குப் பளிச்செனப் பதில் சொல்லிவிடலாமா. மன்னி, எனக்குத் தீராது, தீராதுதான். நீ சொல்லித்தான் எனக்குத் தெரியணும் என்கிறது இல்லை. இந்தத் தீண்டலை நீ ஏன் இப்படிப் பன்னிப் பன்னிச் சொல்லிக் காட்டுகிறாய் குழந்தையைச் சாக்கிட்டு. அவ்வளவு வித்தியாசமா ஏற்பட்டுவிட்டது உங்க ளுக்கும் எனக்கும் இடையிலே இந்த மூணுநாழி தேசாலத்திலே – அப்பா செத்த தகவல் வந்து. இந்த ஆத்துலே நான்தான் அவருக்குத் தீண்டல் காக்கக் கடமைப்பட்டவள். ஆமாம் தெரிகிறது. நன்றாகத் தெரிகிறது.

ஒரு நாள் இரண்டு நாள் இல்லை, பத்து நாள் மன்னி. அதுமட்டும் இல்லே. அவர் இருந்து, அப்பா வுக்குப் பதினொன்று, பன்னிரண்டு அன்றைக்குக் காரியம் செய்கிற போதும் வந்து ஒட்டிண்டு இருக் கும் இந்தத் தீண்டல். அவர்கள் குடும்ப, கோத்திரக் காரியான எனக்குப் பத்தநாள் – பத்துநாள் நிச்சயம் உண்டு. தெரியுமா. ஒரு தலைமுறை இரண்டு தலை முறைக்கு மட்டும் இல்லை, ஏழு தலைமுறைக்கு.

அப்புறம் ஏழு தலைமுறைக்கு மூணு நாளாம். அதற்கு அப் புறம் சமாச்சாரம் கேட்டால் ஸ்நானம் மட்டும். அதற்கு அப்புறம் தாயாதி உறவை எங்கே கண்டு பிடிக்கிறது. உறவு தெரியாததுனாலே விட்டுடும். தெரியும். பெரியவர்கள் இதெல் லாம் சட்டமாக ஏற்படுத்தித்தான் வைத்திருக்கா. அப்படி இருக்க அதே தலைமுறைக்காரர்களுக்கு விடுமா மன்னி. தீராது தீராது, சரியாகத்தான் சொன்னே.

அதுக்காக இந்தத் தீண்டலுக்கு – யார் வீட்டுத் தீண்டலோ இங்கே வந்து ஒட்டிக்கொண்டது மாதிரிதானே நீ இப்போது பதறுகிறாய் – பயந்து குழந்தை மேலே மோதுகிறாயே. அரணாக்கயிறை அறுத்து வீசி எறிந்துவிட்டால் குழந்தை என்கிட்ட இருந்து உன்கிட்ட வரலாம். தீண்டல் ஒட்டிக்காது. தனிக்கொடியில் என் புடவையை உலர்த்தி, அக்கம்பக்கத்திலே பார்த்து எது மேலேயும் படாமல் நடந்து பத்து நாள் பொழுதை நான் ஒருவிதமாகப் போக்கிவிட்டாலும் தீட்டு ஒட்டாது. பதினோறாம் நாள் உன் கையாலே மூணு சொம்பு ஜலம் விட்டு சுத்தமாகி விடுவேன். அதுவரைக்கும் நான் உங்ககிட்ட இருந்து ஒதுங்கித்தான் இருக்கணும், மன்னி. தீண் டல்னா என்ன என்று தெரிகிறது. அது வெறுமனே தொட்டால் ஒட்டிக்கிற, முங்கினால் போகிற விஷயமாக மட்டுமில்லை. மனுஷா உறவையே அளந்து வைக்கிறது. மன்னி . . . சாவித்திரி புடவையை மாற்றிக்கொண்டே மனக்குரல் கொடுத்துக் கொண்டாள்.

ஆமாம். உறவை நிறுத்தப் பார்க்கிறதுதான் இந்தத் தீட்டு. அம்மா செத்தபோது தனக்கு மூணுநாள்தான் தீட்டு. அப்பா செத்த போதும். பெற்றவர்களுக்காக மூணுநாள் தனக்கு. என்ன வேடிக்கை. பொண்ணுக்கு மூணு நாள். பிள்ளைக்கு மட்டும் பத்து நாள், அண்ணாவோடு சேர்ந்த மன்னிக்கும் பத்து நாள். அதுதான் இன்னும் வேடிக்கை. மன்னி – வந்தவ ளுக்குப் பத்து நாள். வயிற்றில் பிறந்தவளுக்கு மூணுநாள். அது மாதிரிதான் இப்போது எனக்குப் பத்துநாள். உன் மாதிரி தான் அவர்களுக்கு நான் புரிகிறதா மன்னி. உனக்கு இங்கே தீராது. எனக்கு அங்கே தீராது. உனக்கு இங்கே உள்ள இடம் எனக்கு அங்கே. அந்த அந்தஸ்து இருக்கிறதை வைத்துத்தான் இந்தப் பத்துநாள் தீட்டு எனக்கு. தன் ஈரப் புடவையைக் கொசுவி உதறினாள். யார் வீட்டுத் தீட்டோ யாருக்கோ வந்தி ருக்கு, யார் வீட்டுக்கோ வந்து தொலைத்திருக்கிறது என்று உதறிப் பேசாதே மன்னி. நான் உங்களைப் போல அப்படி உதறி விட்டுவிட முடியாது. பேசவும் முடியாது. காரியம் செய்ய முடியாது. அண்ணா மன்னி . . .

சுந்தர மாமா அன்றைக்குச் சொன்னதை ஞாபகமூட்டட்டுமா. அப்பா சொன்னாராம்: 'குழந்தை எங்களிடம் இருந்து வாழத்தான் கொடுத்து வைக்கவில்லை. அவள் ஆயுசோடு இருக்கிற மட்டும் பசியாமல் சாப்பிடுவதற்குக் கூடவா நான் வழி பண்ண மாட்டேன்.' அப்படின்னு சொன்னாரே. நீதானே அண்ணா உதறிப் பேசினாய். உனக்கு ஞாபகம் இருக்காது. புருஷர்களுக்கு ஆயிரம் கவனம். பொம்மண்டாட்டிகளுக்கு ஆதியில் போன தெல்லாம் ஞாபகத்தில் இருக்கும். அவர்கள் சுபாவம். இப்போது எனக்கு அதெல்லாம் ஞாபகத்தில் வருது. மன்னி, நீ கூடச் சொன்னாய். 'தேடித்தேடி பெரிய மிராசுதார் வீடு என்று கொடுத்ததற்கு வருஷத்துக்கு நூறு காசை வெட்கமில்லாமல் கொடுக்கிறேன் என்று வாய்விட்டுச் சொல்லவந்தாரே.' உனக்கு ஞாபகமிருக்கும். நீயும் உதறிப்பேச முடிகிறது. பணத்தை உதறி விட்டுவிட முடியும். உறவை உதறி விட்டுவிட முடியுமா?

அண்ணாவும் மன்னியும் இப்படி உதறிப்பேசினார்களே, பேசுகிறார்களே, இன்னும் பேசப்போகிறார்களே. அந்த அம்மா எப்படி ஒரு நாள் உதறிப் பேசினாள். அந்த மூணே முக்கால் நாழி வாழ்வின்போது. 'மருதா, இனிமேல் இந்த வீட்டுக்கு சின்னம்மாதான் எல்லாம் தெரியுமா. என்ன வேணுமோ அவளைக் கேட்டுக்கொள்.' மூக்காயிக்கு இதே உத்திரவு. கண பதிக்கு 'எல்லாம் மன்னி கிட்ட செய்து கொள்.' அப்பா கேட்டாலும் 'சாவித்திரியைக் கேட்டுச் சொல்கிறேன்,' – இப்படித் தன் பொறுப்பை உதறிவிட்டாள். இந்த இரண்டுக்கும் என்ன வித்யாசம்.

அதுமட்டுமில்லை மன்னி, இதுவும் சொன்னாயே, அண்ணா ஏதோ சொல்லி உனக்கு ரோஸம் வந்தபோது. 'அவர்கள் வீடே கதி என்று கிடந்து அந்த இரண்டு கிழங்களுக்கும் அந்தக் குஞ்சுக்கும் உழைத்துக் கொட்டிக்கொண்டு கிடக்கலாமே. அவள் தலையிலே அப்படி எழுதி இருந்தால் நடந்துதான் தீரும்' என்று. நீ எனக்காகப் பரிந்துதான் சொன்னாய். உன் நோக்கத்திலே தோஷம் கற்பிக்க நான் முன்வரவில்லை. வரவும் கூடாது. ஆனால் ஒன்று. அந்த வீடே கதி என்று கிடந்தால் என்ன, இந்த வீடுதான் கதி என்று கிடந்தால் என்ன, சாவித்திரிக்கு இரண்டும் ஒன்றுதானே. தன்னதுன்னு உள்ள ஆதாரம் போனதுக்கு அப்புறம் சார்கிற ஆதாரம் எதாக இருந்தால் என்ன. நீங்களும் சாவித்திரி பசிக்காமல் இருக்கத்தான் வாய் விட்டுப் பணம் கேட்கிறீர்கள். அந்த அப்பாவும் அம்மாவும் இதே சாவித்திரிக்குப் பசியாமல் இருக்கத்தான் தங்கள் யோசனையைச் சொன்னார்கள். மன்னி, அம்மா உன் காது கேட்கத்தானே சொன்னாள்: 'அவன்தான் போய்விட்டான் ஆயுசு

முடிந்து போய். இவளாவது ...' அம்மாவோடு அப்பாவும் அப்பாகிட்டே சொன்னார். 'குழந்தை சாவித்திரி இங்கே இருந்தால் அவள் முகத்தைப் பார்த்துக் கொண்டாவது நாங்கள் இந்த ஆத்திலே நடமாடுவோம் போகிறவரைக்கும்.' அதுக்கு எல்லாம் என்ன அர்த்தம். சாவித்திரி யாருக்கு என்று பிறந்தாளோ அது இல்லாமே போனதுக்கு அப்புறம் யார் அவளிடம் அதிக சொந்தம் அக்கறை கொண்டாடினால் என்ன, சாவித்திரிக்கு எல்லாம் ஒன்றுதானே. பெற்றதுக்கு இந்த அப்பா அம்மா. ஆளுவதற்கு அந்த அப்பா அம்மா. சாவித்திரிக்கு இப்போது இந்த அப்பா அம்மா இல்லை. அந்த அப்பாவும் போய்விட்டார். அந்த அம்மா மட்டும் இருக்கார். எத்தனை நாளைக்கோ. அப்பா போன துக்கத்திலே அம்மாவும் ... அதெல்லாம் எதுக்கு நினைக்கணும். தான் என்ன போய்விட்டாளா. அந்தக் கணபதி இருக்கான். அவன் வளர்ந்து பெரியவனாகி ஒரு ஆளாகி ... அதுவரைக்கும். அவனும் குழந்தைதானே. மன்னியோட குழந்தை மாதிரி. அண்ணா அந்தக் குழந்தை கிட்டத்தானே இப்போது அடிச்சுத் தனக்கு ஜீவனாம்சம் வாங்கித் தரப்போகிறான். அண்ணா, கணபதி கையினாலே எனக்கு ஜீவனாம்சம் வேண்டாம், வேண்டாம். அண்ணா. உன் வீம்புக்கானவர் இல்லை. அந்தக் குழந்தை கிட்ட வீம்பைக் காட்ட வேண்டாம். அது எதைக் கேட்டாலும் கொடுக்கும். ஆனால் அதுகிட்ட கேட்கக் கூடாது அண்ணா. அந்தக் காசு சாவித்திரிக்குப் சாப்பாட்டுக்கு வேண்டாம். அந்தப் பிஞ்சுகிட்ட ஐம்பது நூறு அடிச்சு வாங்குகிறதைவிட அப்பா கையினால் ஐந்து சல்லி வாங்கி இருந்தாலும் போதும். அண்ணா, சாவித்திரி உன்னைக் கேசைத் தொடரவிடமாட்டாள்.

நீ என்ன சொன்னாய் அன்றைக்கு மன்னியிடம், 'இதோ பாரு, சாவித்திரி ஒருத்தி அப்படிச் சொன்னால், இல்லை, நினைத்தாலே நான் இந்த க்ஷணத்தோடு அப்படியே விட்டுவிடுகிறேன். சாவித்திரி என்ன நினைக்கிறாள் என்பதுதான் எனக்கு முக்கியம். கூடப் பிறந்தவளுக்குப் பிறரை நம்பி இருக்காமல் ஏதாவது செய்துவிட வேணும் என்கிற ஒரு ஆஸ்தைதான் எனக்கு' என்று சொன்னாயல்லவா. இப்போ அதை நான் கெட்டியாகப் பிடித்துக்கொண்டு உன்னைக் கேட்கத் தோன்றுகிறது அண்ணா. இந்த சாவித்திரிக்காக நீ எதையும், இதைச் செய்ய முன்வந்ததாகச் சொல்கிறாயே. அந்த சாவித்திரியே சொல்கிறேன். இனிமேல் உன் கேசுக்கு அவசியமில்லை. நான் என்ன நினைக்கிறேன் என்கிறதுதானே முக்கியம் என்கிறாய். நான் இப்போது நினைக்கிறது இதுதான். அந்தக் குழந்தை கொடுத்து நான் பசியாமல் இருக்க வேண்டாம். எனக்கு இப்போதெல்லாம் பசியே இல்லை. நான் அந்தக் குழந்தைக்

கொடுக்க இருக்கிறதை நம்பிப் பிறக்கவும் இல்லை. இருக்கவும் இல்லை. அந்தக் குழந்தைகிட்ட கையேந்தி என்னை ஒரு செம்புச்சல்லி வாங்க வைக்காதே. அது கேட்கும் – எதுக்கு மன்னிக்குக் காசு, அவாத்திலே சாப்பாட்டுக்கு இல்லையான்னு. அப்பவே அவன் சொன்னான் அண்ணா, 'நீ போகவேண்டாம் மன்னி; இங்கேயே இரு; எனக்குப் பாடமெல்லாம் சொல்லிக்கொடுத்துண்டு.' 'இருக்கேண்டா கணபதி'ன்னு ஒரு வார்த்தை சொல்ல வரல்லே. கதறிவிட்டு வந்தேன் அண்ணா, கட்டிண்ட குழந்தையை நகர்த்திவிட்டு. அந்தக் குழந்தை இப்போது இந்தமாதிரி ஒரு கேள்வி கேட்டதாக என் காதுலே விழக் கூடாது அண்ணா... விழக் கூடாது. இந்தக் கேஸ் என் வயிற்றெரிச்சலை இவ்வளவு கொட்டிண்டது போதும். சாவித்திரிக்கு நிம்மதி வேணும். அண்ணா, சாவித்திரிக்கு நீ இப்போது செய்ய வேண்டியது இதுதான் செய்வாயா?'

வாயைத் திறந்து கேட்கட்டுமா? 'சாவித்திரி, என் கேள்விக்கு என்ன பதில்' என்று அப்போது கேட்டாயே. இதுதான் அண்ணா என் பதில். இப்போதுதான் எனக்குப் புதுஞானோதயமாக வந்தது என்று வைத்துக்கொள்ளேன். சரியான ஞானோதயம் தானே. உன் மாதிரி நினைத்தது நடக்கிறது என்கிறதைப் பற்றிய ஞானோதயம் இல்லை. ஏமாற்றத்தினாலே, தடங்கல்னாலே ஏற்பட்டது இல்லை. நீ அன்றைக்குச் சொன்னாயே. அவர்கள் வீட்டுப் பிள்ளை போனதிலே நீ அவர்கள் வீட்டு நாட்டுப்பெண் என்கிறது போயிடுத்தா என்று கேட்டாயே. உன் கேசுக்கு ஆதரவாகக் கட்சிக்குப் பலமாக அதை ஆதாரம் காட்டினாய். அவர்கள் வீட்டு நாட்டுப்பெண் என்கிறதுனாலே தானே இப்போது என்னை இந்தப் பத்து நாளைக்கு இந்த வீட்டுக்குள்ளேயே ஒதுக்கி வைக்க முடிகிறது. இந்தத் தீண்டல் எனக்கு என்ன அந்தஸ்தை இந்த ஆத்துலே பிரத்யேகமாகக் கொடுத்திருக்குப் பார்த்தாயா, அண்ணா. நீ காட்டின அதே ஆதாரத்தைக்கொண்டு இப்போது சொல்கிறேன். நான் அவர்கள் வீட்டு நாட்டுப்பெண்தான். இங்கே இருந்தாலும் சரி, எங்கே இருந்தாலும் சரி, நான் போய்விட்டாலும் சரி. அப்படித்தான் பேசிக்கொள்வார்கள். அவர்கள் வீட்டு நாட்டுப் பெண் பேசுகிறேன். நீ ஒரு நாள் 'அந்த உறவெல்லாம் என்றைக்கோடு போச்சே' என்று கணபதி ஞாபகமாக நான் இருக்கிறதை மன்னி குத்திப் பேசின போது சொன்னாயே. அப்படி ஒன்றும் லெகுவில் போய்விடாது என்கிறதை இந்த மூணு காசுக் கடுதாசி காட்டிவிட்டது பார்த்தாயா? அது போகட்டும் அண்ணா. அந்த உறவு என்னிக்கே போயிருந்தால் நீ இன்னிக்கு 'நினைக்கிறது நடக்கிறது' என்றெல்லாம் பேச வந்திருக்காதே. ஆகையாலே, அந்த வீட்டு நாட்டுப்பெண்ணாக நான் பேசுகிறேன் உன்னிடம்.

நீ நினைத்தது நடக்கவில்லை. நடக்கவும் வேண்டாம். இப்படியே இதை விட்டுவிடு . . . விட்டுவிடு.

இதென்ன இப்படி ஜ்வர வேகத்திலே புலம்புகிற மாதிரி என்று சடக்கெனத் தன் மனதை இழுத்துப்பிடித்தாள் சாவித்திரி. ஒரு சமயம், விட்டுவிடு என்று தான் வாய்விட்டுக் கத்திவிட்ட மாதிரியும் இருந்தது. நல்ல வேளையாக தன் அசட்டுத்தனத்தை, கலவரத்தைத் தான் வெளியே காட்டிக் கொள்ளவில்லை என்பதும் பட்டது. தான் ஏதோ முனகினதாக, கத்தினதாக அண்ணாவோ மன்னியோ கேட்டு வரவில்லை. எதுவும் கேட்கவில்லை. இந்த மனக்குரலுக்கு என்ன சப்தம் இருக்கு, தன் காதுலேயே இடியாகத் தாக்குகிறது. வாய்விட்டுப் பேசாத தன் மனக்குரல், நினைப்பாகவே எவ்வளவு தூரத்துக்குத் தன்னை நடத்திக்கொண்டு போய்விட்டது. அண்ணா அன்றைக்குக் கேள்வி கேட்டதற்குப் பதில் சொல்லிவிட்ட மாதிரியே தனக்கு ஒரு திருப்தி அந்த ஒரு க்ஷணத்துக்கு ஏற்படுத்திவிட்டது. ஆமாம், அண்ணாவுக்குப் பதில் சொல்ல எனக்குக் கொஞ்சம் தைரியம் வந்துதான் இருக்கு. இல்லாதபோனால் இப்படி எல்லாம் மனசு ஓடி இருக்குமா. இல்லை இப்படி எல்லாம் மனது ஓடினதுனாலேதான் இந்த மூன்றாவது பார்வைக்கும் ஒரு பதில் தெளிவாச்சா?

இதென்ன தெளிவான பதிலா இது. அண்ணாவை கேஸை இப்படியே விட்டுவிடு என்று சொல்லிவிட்டால் எல்லாம் தான் நினைத்தது அப்படியே நடந்துவிட்டதாக அர்த்தமா. நடந்து விடுமா. கேஸ் ஒழிந்துவிட்டதாக இருக்கட்டும். அது நடந்த அளவுக்கு அதை மறந்துவிட முடியுமா. அந்தக் கசப்பு? பணம் கைக்கு வந்திருந்தாலும் இனிப்பாக ஆகி இருக்கும். முக்கால் கிணறு தாண்டின நிலையிலே விட்டுவிட்டால்? அண்ணாவுக்கும் மன்னிக்கும் அடி நாக்கிலேயாவது கடைசி வரைக்கும் அந்தக் கசப்பு இருந்துகொண்டுதானே இருக்கும். தாங்கள் நினைத்தது நடக்காதது தங்கள் காரியக் கோளாறி னாலே ஏற்பட்டிருந்தாலும் தாங்கிக் கொள்வார்கள். இல்லை, முடிந்ததை எல்லாம் செய்தும் மாறாக நடந்துவிட்டாலும் பழியை வேறெது மேலேயோ போட்டுவிட்டுச் சமாளித்துக் கொள்வார்கள். இப்போது 'கேஸை விட்டுவிடு அண்ணா' என்று தான் நிலையாகச் சொல்லி அது நடக்க வைத்துவிட் டால் – ஏன்னா அது தன் விஷயம்தானே, அடித்துச் சொல்லி தான் அதை நிறுத்தி விட முடியும் – அப்போது இவர்களுக்கு எப்படி இருக்கும், சாவித்திரியை அவர்கள் மன்னிப்பார்களா. வாய்விட்டுச் சொல்லாமல் போனாலும் உதட்டுக்கு உட்புற மாகக் கரித்துக்கொண்டிருக்க மாட்டார்களா, பாவி, வெண்ணை திரளுகிற சமயத்தில் பானையைப் போட்டு உடைத்தாளே

என்று. இன்னும் மீதி நாட்களை எல்லாம் இவர்களோடேதானே தான் தள்ளி ஆகணும். இந்தக் கரிப்பு கசப்பு முன்னாலே கிடக்க ஒவ்வொரு விநாடியும் எப்படிப் போகும். இத்தனையோ டேயும் இது வேறேயா. அசட்டுத்தனமாக அண்ணாவுக்கு இப்படிப் பதில் சொல்லிவிடலாம் என்று நன்றாக நினைத்தேன்.

இந்தப் பதில் அண்ணாவுக்குக் காசுக்குப் பயன்படாது. காசுக்காக, பயன்படுகிற வழியைத்தானே அவன் இப்போது கையாண்டு கொண்டிருக்கிறான். இந்தப் பதில் உனக்கு வேண் டாம் அண்ணா. உனக்குப் பிடிக்காது . . . உனக்குப் பிடிக்காத காரியத்தைச் செய்யச் சொல்லி நான் கட்டாயப்படுத்தி . . . உனக்கு இப்போது பணத்தைவிட கேசு முக்கியம் . . . கேஸ் போட்டதுக்கே ஊர்லே பத்துப்பேர் என்னெல்லாமோ சொல் கிறார்கள் என்று நீங்கள் பேசிக்கொள்கிறீர்கள். இப்போ கேஸ் உலைந்துவிட்டால் அதையும் பற்றிப் பேசுவார்கள். உங்கள் காதுக்கு வரும். அந்த அப்பாவோடேயே சமரசம் பேசுவதற்கு உனக்கு வேம்பாக இருந்ததே. இந்த வாண்டுப் பயல்கிட்ட, இல்லை அவனுக்காக வீட்டுக் காரியக்காரர் சுந்தர மாமா கிட்ட – அவர் அம்மா சார்பாகப் பேசுவார் – ராஜி பேச உனக்குப் பிடிக்குமா அண்ணா. என் இந்த யோசனை, பதில் உனக்கு வேண்டவே வேண்டாம். ஆனால், வாய் திறந்து உனக்கு எதாவது பதில் சொல்லித்தான் ஆகணும் என்று இந்த மனசு இப்போது எப்படிப் படபடக்கிறது தெரியுமா. இடித்து இடித்து ஏதோ நெஞ்சிலே காட்டுகிறது. இது உன் சொந்த விஷயம், நீ இப்படி வாய்மூடி மண்ணாந்தையாக இருக்கிறா யேன்னு. ஏன் என்று மட்டும் தெரியவில்லை. அண்ணா, நீ இழுத்த கோட்டில் போனால் போகிறது என்றுதான் நான் இத்தனை நாள் இருந்தேன். ஆனால், இப்போது நீங்கள் – உன்னையும் மன்னியையும் இப்போதெல்லாம் பிரிச்சுப்பேசத் தோன்றவில்லை அண்ணா – எனக்காகக் கிழித்திருக்கிற கோடு நேராகப் போகவில்லை என்று மட்டும் ஏதோ தோன்றுகிறது அண்ணா. விவரம் ஏன் எப்படி என்று மட்டும் துளவக்கணை பண்ணிக் கேட்காதே. அதெல்லாம் பழயக் குப்பைகளை எல்லாம் கிளறி நாற்றம் வீசி அடிக்க விட்டுவிடும். உன்னாலேயும் அதா வது உங்களாலேயும் சகிக்க முடியாது. என்னாலேயும்தான். மேல் தளத்து விசாரணையாக நிறுத்திக்கொண்டு விடலாம்.

சாவித்திரி தன் கோட்டைத் தானே போட்டுக்கொண்டால் தான் நல்லது. அது நேரோ கோணலோ அவள்கோடு அவளுக்குச் சரியாகப் போய்விடும். உங்கள் கோடு உங்களுக்குச் சரியாகப் போகிறது மாதிரி. அவரவர்கள் கோடு அவரவர்களுக்குச் சரி யாகப் போகிறது மாதிரி. முதலில் என் அக்கறையை முன் வைத்துப் பார்க்கிற மாதிரிதான் இது ஆரம்பித்தது. இப்போது

உன் அக்கறையை – அதாவது பணத்தைப் பற்றி சொல்ல வரவில்லை. அப்படியெல்லாம் உனக்கு அல்பத்தனம் கற்பிக்க மாட்டேன். ஒரே வயிற்றில் பிறந்தது இன்னொன்றைப்பற்றி அப்படிச் சொன்னால் அதுக்கும் அந்தப் பெயர் போய்ச் சேரும். பங்கு உண்டு – உன் வீம்பைத்தான் சொல்கிறேன். மூணு கால் முயல் பிடித்தவன் குணம் உனக்கு. அந்த அக்கறை தான் எனக்குப் பிடிக்கவில்லை. என்னைச் சாக்கிட்டு இந்த வீம்பு அடம் எல்லாம் உனக்கு இருக்க வேண்டாம். அது வளரவும் வேண்டாம். நாளைக்கு இதெல்லாம் நமக்குள்ளேயே எப்படி எல்லாம் திரும்பிக்குமோ. அதனாலேதான் சொல்றேன். மாதம் அம்பது காசு விட்டெறிந்தாலும் சரி. நாலைந்து செய்யை எழுதி வைத்த பத்திரத்தை என் முகத்திலே வீசி எறிந்தாலும் சரி. நமக்கு வேண்டாம். அவர்கள் பணம் அது. அது அங்கே தான் இருக்கணும் . . . இருக்கணும்.

‘உன் தீண்டல் சொம்பைக் கிணற்றடியில் வைத்துவிட்டு வந்துட்டாயே சாவித்திரி.’ மன்னி குரல்.

அம்ம, இந்தத் தீண்டல் பிசாசு மன்னியை எப்படிப் பிடித்துக் கொண்டிருக்கு. ‘ஆகட்டும் மன்னி.’ அவள் குரலில் உள்ளே கொப்பளித்துக் கொண்டிருக்கும் இத்தனை குமுறலின் சாயல் ஒலிக்கவில்லை. தன் மனக்கொதிப்பு அவ்வளவையும் ஓடஓட விட்டு வெளி வார்த்தைக்கு அவசியமில்லாதபடி அடக்கி அமுக்கி ஆற்றிக்கொண்டிருக்கிற ஒரு சாமர்த்தியம் முகத்தில் தெரிந்தது. செம்பை எடுத்துவர கிணற்றடிக்குச் சென்றாள். ஹூம் – தீண்டலுக்கு என்ன பயம் பயப்படுகிறாள் மன்னி. வாஸ்தவம்தான். இந்தத் தீண்டலுக்கு இந்த வீட்டில் இடம் கிடையாதுதான். இந்தத் தீண்டலுக்கு இடம் இங்கே இல்லை யானால் – மன்னி, இந்தத் தீண்டலுக்கு உரியவளுக்கு மட்டும் . . . மன்னி . . . மன்னி உன் பயம் எனக்கு என்னெல்லாமோ சொல்கிறது. இந்த வீட்டில் எனக்கு இடம் கிடையவே கிடை யாது என்று நீ சொல்ல வரமாட்டாய். எனக்குத் தெரியும். ஆனால் இந்தத் தீண்டல் நான் சுமக்க ஏற்பட்டதுதான் உனக்குக் கசக்கிறது. ஆமாம் நீ நினைக்கிறது ஒரு விதத்தில் நியாயம்தான். இந்தத் தீண்டல் அம்மா, கணபதி இருக்கிற அந்த வீட்டுக்குத்தான் முழுக்கமுழுக்க. அந்த எல்லைக்கு உள் ளேயே இருக்க வேண்டியது. எல்லை தாண்டி இங்கே வந்துவிட் டது. ஏன் தெரியுமா. அந்த எல்லையைவிட்டு வெளியே வந்து விட்ட நான் இங்கே இருக்கிறதுனாலே. வந்து தொத்திக் கொண்டு விட்டது பாரு. நான் இங்கே இல்லை – வேறே எங்கே இருந்தாலும் வந்து தொத்திக்கும். நாளைக்கு நான் போய்விட் டேன் என்று வைத்துக்கொள். நெருப்பென்றால் வாய் வெந்து விடாது – என் விஷயத்தில் வெந்துவிட்டாலும் பரவாயில்லை –

ஒரு மூணு காசுக் கடுதாசி நீங்களும் அவர்களுக்குப் போட்டுத் தான் ஆகணும். இதெல்லாம்விட பெரிசாகச் சொல்கிறேன். அந்தக் கணபதிதான் என் ஜன்மத்தைக் கரை ஏத்தணும். அவன்தான் எனக்குப் பதிமூன்று நாட்கள் காரியத்தை மட்டும் இல்லை. வருஷா வருஷம் மன்னிக்கு அவன்தான் திவசம் பண்ணணும். அவன் ஆயுசு பூராவுக்கும் இந்த மன்னி அவனை விடமாட்டாள். மன்னியையும் அவன் விடமுடியாது. அந்தக் குழந்தைக்கும் எனக்கும் அப்படி முடிந்து போட்டிருக்கு மன்னி. அந்தக் குழந்தை இப்போது அங்கே அப்பாவைப் பறிகொடுத்து விட்டு... அண்ணா, மன்னி, உங்கள் பேச்சு இந்தக் கேசு இதெல்லாம்கூட எனக்கு இவ்வளவு யோசனையைச் செய்ய வைக்கவில்லை. அனுபவத்தை உணர்த்த முடியவில்லை. இந்தத் தீண்டல் என் மனதிலே எவ்வளவு குவிய வைக்கிறது. குமைய வைக்கிறது. மன்னி, உன் குழந்தையின் அரணாக்கயிறை அவிழ்த்து வைத்துவிட்டால் ஒட்டிக்காத தீண்டல் என்னை யும் இந்தக் குழந்தையையும் எப்படிப் பிணைத்து வைத்திருக்கு பாரு... இது வஜ்ரம் போட்டு ஒட்டின உறவு மன்னி... பிசு பிசுத்துப் போகிறது இல்லை...

ரேழி மூலையில் சொம்பை நக்கென்று வைத்தாள் சாவித்திரி. வைத்த வேகத்தில் சொம்பு கொஞ்சம் சாய்ந்து ஜலம் கீழே கொட்டியது. ஐயோ, தீண்டல் தண்ணாச்சே சாவித்திரி காலால் தேய்த்துத் துடைத்தாள். இந்த வீட்டிலே இருக்கிறவா காலிலே படக்கூடாதே... அதுக்கு வேறே ரெண்டு வார்த்தை மன்னிகிட்ட இருந்து...

'சாவித்திரி.' அண்ணாவா மன்னியா கூப்பிட்டது. சாவித்திரி நின்று நிதானித்துக் கவனித்தாள். மறுபடியும் கூப்பிடுகிற குரல் வருகிறதா என்று.

13

நின்று நிதானித்து ஒரு முடிவுக்கு வரவேண்டிய சமயங்கள் வாழ்க்கையில் எத்தனையோ ஏற்படுவது தெரிகிறது. ஆனால் மனித மனதுக்கு அவற்றைச் சரிவரப் பயன்படுத்திக்கொள்ள இயலுகிறதா? முன்செய்த முடிவு பின் வந்த பார்வையாலே பாதிக்கப்பட்டு நிறம் மாறிக் காட்டுகிறதில்லையா? அந்த மாதிரி எல்லாம் ஏற்பட இடம் இல்லாமல் தான் ஒரு முடிவு செய்ய வேண்டிய ஒரு சந்தர்ப்பம் – தன் வாழ்க்கையில் ஒரே சந்தர்ப்பம் – அப்போது வந்திருப்பதாக சாவித்திரிக்குப் பட்டது. இரவு படுக்கப் போகுமுன்னும் அதே நினைப்போட்டம். இடையிடையே தூக்கம் கலைந்தபோதும். மறுநாள் காலை கண் விழித்த போதும் அதேதான். யாரோ தன்னைக் கூப்பிட்ட குரல் கேட்டு தான் விழித்துக்கொண்ட மாதிரி இருந்தது அவளுக்கு. படுத்தவாறே நிதானித்துக் கவனித்தாள். கூப்பிடுகிற குரல் மறுபடியும் வருகிறதா என்று. வரவில்லை. நல்ல பிரமை என்று சாவித்திரி சொல்லிக்கொண்டாள்.

நேற்று அப்படித்தான் கீழே கொட்டிய சொம்பு ஜலத்தைத் துடைத்துக் கொண்டிருந்தபோது 'சாவித்திரி' என்று கூப்பிட்ட மாதிரி இருந்தது. நின்று நிதானித்துக் கவனித்தாள். மறுபடியும் வரவில்லை. அப்படித் தன்னைக் கூப்பிட்ட மாதிரி இருந்த குரலும் அண்ணாவோடதும் இல்லை; மன்னியோடதும் இல்லை. புதுக்குரலாக இருந்தது. அப்படிப் புதுக்குரல் என்றும் சொல்லுவதற்கில்லை.

தான் எப்பவோ கேட்டிருந்த குரலாக இருந்தது. ஆனால் எது, யாருடையது என்று மட்டும் நிதானிக்க முடியவில்லை. இப்போது மறுபடியும் அதே குரல்தான், அவளால் அதை உணர முடிந்தது. எங்கே இந்தக் குரலைக் கேட்டிருக்கோம். அந்தக் குரலின் ஒலியைப் பிடித்து நிறுத்தி ஆராய்ந்தாள். அது வெறும் கனவுக் குரல் இல்லை. தன் நெஞ்சுக்குள்ளே ஒலித்த சிந்தனைக் குரலும் இல்லை. இந்தக் குரலுக்குப் பின் ஒரு உருவம் இருப்பதாகவும் அவளுக்குப்பட்டது. அந்த உரு வத்துக்கு ஒரு மூர்த்திகரம் இருந்ததையும் அவள் தன் அகக் கண்ணில் உணர்ந்தாள். 'அம்மா! அந்த அம்மாவின் குரல் அது. இதென்ன, காலமே சொப்பனமா?... சாவித்திரி பாயில் எழுந்து உட்கார்ந்துகொண்டாள். தலைக்கு உயரமாக வைத்துக் கொண்டிருந்த கட்டப் பலகையைத் தள்ளி வைத்தாள். ஏழெட்டு வருஷத்துக்கு அப்புறம் அன்னிக்கு மாதிரியே கூப் பிட்ட குரல். நினைத்துப் பார்த்து என்னிக்கோ பார்த்த உரு வத்தைக் கண்ணுக்கு முன்னாலே கொண்டுவர முடியும். இந்தக் குரல் அப்படியே காதிலே...

சாவித்திரி தன்னைச் சுற்றிப் பார்த்தாள். விசாலமான கூடத்தில் மன்னி குழந்தைகளுடன் தள்ளி – தன் தீண்டலுக்குப் பீதிப்பட்டு, புரளுகிற குழந்தைகளை எதிர்ச்சுவர் பக்கமாக ஒதுக்கிவிட்டு தான் வேலி போட்ட மாதிரி தடுத்துத் தூங்கிக் கொண்டிருந்தாள். கூடத்தைத் தாண்டி உள்ள வாசல் ரேழியில் அண்ணா தூங்கிக்கொண்டிருந்தான். வீட்டில் எல்லோருக்கும் முன் தான்தான் முதலில் எழுந்திருப்பவள். காரியத்துக்கு ஆரம் பித்துவிடுவாள். ஆனால், இப்போது அவளுக்குக் காரியம் இல்லை. கையொழிந்து இருந்தது. இரண்டாவது அண்ணா. பின் ரேழிக்கு வந்து பல்பொடி எடுத்துக்கொண்டு 'சாவித்திரி, வாசல் கதவைச் சாத்திக்கொள்' என்று சொல்லிக்கொண்டே வெளியே போய்விடுவான் – காலாறப் போகவர இரண்டு கல் மேற்கே நடந்து வாய்க்கால் வரைக்கும் போய்விட்டு வர. மன்னி கொஞ்சம் சாவகாசமாக எழுந்திருப்பாள். இப்போது அண்ணா எழுந்திருக்கிறானா என்று பார்த்தவளாக வாசல் ரேழிப் பக்கமாகக் கண்களை நிலைக்கச் செய்திருந்தாள்.

அண்ணா எழுந்து படுக்கையைச் சுருட்டுவதையும் கூடத் துக்குள் கால் வைப்பதையும் கவனித்தாள். நேரே ரேழிக்குப் பல்பொடி எடுக்கப்போவதையும் பார்த்துக்கொண்டிருந்தாள். அதை ஒரு காகிதத்தில் பொட்டலம் கட்டுவதையும் கவனித்துக் கொண்டிருந்தாள். மறுபடியும் அவன் கூடத்துக்கு வந்தான். 'சாவித்திரி, வாசல் கதவைச் சாத்திக் கொள்' என்று சொல்லப் போகிறான். சாவித்திரியே முந்திக்கொண்டாள். 'அண்ணா.'

'என்ன, சாவித்திரி.'

'உன்னிடம் கொஞ்சம் பேசப்போகிறேன் அண்ணா.'

பல்பொடிக் காகிதத்தின் மூன்று பக்கங்களை மடித்துவிட்டு பொட்டலமாக நாலாவது பக்கத்தை மடக்கிச் சொருகப்போன வெங்கடேஸ்வரன் கை செயலை நிறுத்திவிட்டது. கூடத்து மங்கிய வெளிச்சத்தில் சாவித்திரி பக்கமாகப் பார்த்தான். சாவித்திரி முகபவாம் தெளிவாகத் தெரியவில்லை. ஆனால், அவள் குரலில் தொனித்த ஒரு அழுத்தம் அவனுக்குப் புரிந்தது, சாவித்திரி தானாக வாய்விட்டு எதையும் சமீபகாலத்தில் முன்வந்து சொன்னதாகவோ, இல்லை சொல்ல முயன்றதாகவோ அவன் நினைவுக்கு எட்டிய வரையில் தெரியவில்லை. அவள் வாக்கியத்தை அமைத்துச் சொன்ன விதமே அவனுக்குத் திகைப்பைத் தந்தது. ஏதோ பெரிய விஷயம்பற்றி அடிப்போட்ட வார்த்தைகள் அவை. 'என்ன சாவித்திரி, திடீர்னு இந்தக் காத்தாலே வேளையிலே... அவ்வளவு அவசர விஷயமா?'

சாவித்திரி ஒரு கணம்கூடத் தயங்கியதாக வெங்கடேஸ்வரனுக்குப் படவில்லை. 'அவசர விஷயம்தான் அண்ணா. ஆனால் அவசரப்பட்டுச் செய்த முடிவு இல்லே.'

முடிவா? வெங்கடேஸ்வரனுக்குத் திசைதிக்குப் புரியவில்லை என்ன சொல்ல வருகிறாள் சாவித்திரி. எவ்வளவு பெரிய வார்த்தை இது. என்ன முடிவு, எதைப்பற்றி, யாரைப் பாதிக்கப் போகிறது, எல்லாத்துக்கும் மேலே அவள் முடிவு என்று இப்போது ஒன்றுக்கு பிரமேயம்? அதிலும் அவசரப்பட்டுச் செய்த முடிவு இல்லை என்கிறாள். அடுக்குக் கேள்விகள் கலவையாகிக் குழப்பத்தைத்தான் ஏற்படுத்தின. என்ன முடிவு சாவித்திரி என்று கேட்கக்கூடத் தோன்றாமல் அவள் வார்த்தைகளையே பன்னிப்பன்னி நினைத்து அர்த்தம் காண வீணாக முயன்று கொண்டிருந்தான்.

சாவித்திரியும் மேலே உடனே வார்த்தைகளைத் தொடரவில்லை. தன் வார்த்தைகள் அண்ணாவைத் திகைக்க வைத்திருப்பதையும் அவன் பதில் கேள்வி எதுவும் போடாமல் நிற்பதையும் அவள் கவனிக்காமல் இல்லை. என்றாலும் தான் அடுத்து – அண்ணா கேட்டோ கேட்காமலோ – தொடர இருந்த வார்த்தைகளைச் சேர்ப்பதில் ஈடுபட்டிருந்தாள். அவளுக்கு இப்போது தான் சொல்லப்போவது யாரை, எப்படி பாதிக்கும் என்ற அக்கறையே எழவில்லை. தன் அக்கறை என்று ஒன்று அவளுக்குள்ளே உருவாகி, அது தன்னை ஒரு ஆளாக்கி இருப்பதையும் தன் வார்த்தைகள் பொருட்படுத்தப்பட வேண்டியவை என்றும் உணர்ந்துள்ளவளாக இருந்தாள். 'அண்ணா, சொன்னால் நீ எதுவும் வித்தியாசமாக எடுத்துக்கொள்ள மாட்டாய் என்று நம்புகிறேன்.'

வெங்கடேஸ்வரன் சற்று சமாளித்துக்கொண்டான். ‘உன் கிட்ட வித்யாசப்பட்டுக்கவா சாவித்திரி. என்ன புது மாதிரியாக . . .’

‘சாவித்திரி சொல்லப்போகிறது புது மாதிரியாகத்தான் இருக்கப்போகிறது, அண்ணா. ஒரு நடை சிறுகுளத்துக்குப் போயிட்டு வரணும்னு தோன்றது.’ சாவித்திரி நிதானமாகச் சொன்னாள்.

வெங்கடேஸ்வரன் பதறிவிட்டான். ‘சாவித்திரி, என்ன சொல்கிற? உன் புக்காத்துக்கா!’

‘ஆமாம் அண்ணா, அம்மாவைப் பார்த்துட்டு வரத்தான்.’ வெங்கடேஸ்வரன் பதட்டக் கேள்வி சாவித்திரி குரலில் எவ்விதத் தயக்கத்தையும் விளைவிக்கவில்லை.

முந்தின வார்த்தைகளைவிட இதில் உச்சரிப்பு அழுத்தல் அதிகம் இருந்ததை வெங்கடேஸ்வரன் உணர்ந்தான். சாவித்திரியின் வார்த்தைகள் அவனுக்குள்ளே கிளப்பிவிட்ட மன எழுச்சியில் அவனால் எதுவும் பேச இயலவில்லை, கண்நிலைக்க சாவித்திரியைப் பார்த்து விழித்துக்கொண்டு இருப்பதைத் தவிர. சென்று போனவை, நடந்திருப்பவை எல்லாம் ஒரேமுட்டாக அவன் மனதில் மோதி, தெளிவான ஒரு நினைப்பு எழுவதற்கே வகை இல்லாமல் இருந்தது. அந்த நிலையில் சாவித்திரி மேலே ஏதாவது சொல்லிக்கொண்டே போனால் அதைக் கேட்டுக்கொண்டிருக்கலாமே. புதிதாக அவள் போட்டிருப்பதற்கு, தான் குறுக்குக் கேள்வி எப்படி எல்லாமோ கேட்டு, விளக்கம் வரவழைப்பதைவிட அவளாகத் தொடர்ந்து தனக்கு விளக்கி விட்டால் தேவளையே என்று ஆதங்கப்பட்டது அவன் மனது.

அண்ணா கிலி அடித்தாற்போல, ஒரு கேள்வியைக் கேட்டு விட்டு நிற்பதையும் ‘அம்மாவைப் பார்த்துவிட்டு வரத்தான்’ என்று தான் சொன்ன அப்புறமும் வாய் திறக்காமல் இருப்பதையும் கண்டு அண்ணாவின் மனநிலையை யூகிக்க சாவித்திரி தொடர்ந்தாள். ‘அண்ணா, சாவித்திரி ஏதோ பித்துக்குளித்தனமாக நடந்துக்கிறாளோ என்று ஒருவேளை நீ நினைக்கிறாயோ என்னமோ. விஷயம் அறிந்தவளாகத்தான் பேசறேன். குறைப்பட்டுப்போன அம்மாவை இப்போகூட போய்ப் பார்க்காமல். . .’

‘என்ன சாவித்திரி, நடக்கிற காரியமாக இதைச் சொல்கிறாயா?’ வெங்கடேஸ்வரன் தன்னைச் சமாளித்துக்கொண்டு கேட்டான்.

‘எது அண்ணா, நடக்காத காரியம்?’ சாவித்திரி குரலில் உரம் தொனித்தது.

அந்த உரமே வெங்கடேஸ்வரன் பதிலைப் பலவீனப்படுத்தியது. 'அவர்களுக்கும் நமக்கும் இப்போது இருக்கிற உறவிலே ...' வெங்கடேஸ்வரன் இழுத்தான்.

எதை முழுக்க ஒதுக்கிவிட்டுப் பேச வேண்டும் என்று நினைத்திருந்தாளோ அதைப்பற்றிய பிரஸ்தாபத்திற்குப் போய்விடுமோ என்று லேசான பயம் ஏற்பட்டது சாவித்திரிக்கு. கேஸைப்பற்றின ஞாபகத்தை அண்ணா வார்த்தைகள் முன்னுக்குத் தள்ளின. அதைப்பற்றிய பேச்சைத் தானாக எடுக்க விரும்பவில்லை அவள். அவர்கள் பிரஸ்தாபித்தால், ஒதுக்க முடிந்த மட்டுக்குப் பார்த்துவிட்டு முடியாது போனால்தான் அதைப்பற்றி தானும் பிரஸ்தாபிக்கலாம் என்ற நினைப்பு அவளுக்கு. எனவே சடக்கெனப் பேச்சைத் தான் விரும்பிய விதத்தில் திருப்ப முனைந்தாள். 'இப்போது இருக்கிற உறவிலே என்று சொன்னாயே அண்ணா. அதையே ஆதாரமாகக் கொண்டுதான் நான் இதைச் சொல்ல வருகிறேன். நீ கொஞ்சம் முந்தி கேட்டாயே.'

'என்ன கேட்டேன்?'

'சாவித்திரி என்ன சொல்றே. உன் புக்காத்துக்கா'ன்னு'

'ஆமாம்.'

'அது எதைக் காட்டினது அண்ணா? இப்பவும் இருக்கிற உறவை அது காட்டவில்லையா? உன் வாயிலிருந்தே வந்து விட்டதே. இத்தனைக்குப் பிறகும் நினைப்பிலே இருந்து முழுக்க உன்னாலே விரட்ட முடியவில்லையே. என்னாலே தள்ளிவிட்டு இருக்க முடியும் என்று நீ நம்புகிறாயா? நான் இன்னமும் அந்த வீட்டுக்கு நாட்டுப்பெண் என்கிறதை உன் வார்த்தையும் இந்தத் தீண்டலும் எப்படி இடித்துச் சொல்கிறது பார்த்தாயா? இப்போகூட நான் அங்கே இல்லாமல் இருந்தால் ...' சாவித்திரி சட்டென்று நிறுத்திவிட்டாள். மனக்குரலாகப் பேசிப் பேசித் தன் வெளி வார்த்தைகளும் அதே ரீதியில் ஒலிப்பதை உணர்ந்து சுதாரித்துக் கொண்டாள். இத்தனை நாட்களாகத் தன் மனசுக்குள்ளேயே எத்தனையோ ஓடவிட்டாச்சு. அமுங்கவிட்டாச்சு. தன் மனவோட்டம் எல்லாம் யாருக்குத் தெரிந்தாகணும். தன் முடிவு அவர்களுக்குத் தெரிந்தால் போதாதா. 'நான் சரியாகத்தான் சொல்கிறதாக நினைக்கிறேன் அண்ணா' என்று சேர்த்தாள்.

சாவித்திரி சவுக்கைச் சொடுக்கின மாதிரி நாலு வாக்கியம் பளிச்பளிச்செனச் சொல்லிவிட்டதைக் காதில் கேட்டுக்கொண்ட வெங்கடேஸ்வரனுக்கு அந்த வாக்கியங்களின் அர்த்தம் உடனே புரிந்தாலும் அதிலே தொனித்த விவகாரப்பேச்சு மனதிலே உறைத்தாலும் அதன் முழுக் கருத்தையும் விளக்கிக்கொள்ள மறுபடியும் அந்த வாக்கியங்களைத் தொடர்ச்சியாக ஞாபகப்

படுத்திக்கொள்ள வேண்டி இருந்தது. தான் சொன்ன வார்த்தையையும் ஒரு தடவை திரும்பச் சொல்லிக்கொண்டான். எப்படி அந்த வார்த்தை தன் வாயிலிருந்து வந்தது. நினைத்துச் சொல்லவில்லை. நினைத்து இருந்தால் அதை அடக்கி இருப்பானோ என்னமோ. எப்படியோ அது வெளிவந்துவிட்டது. அந்த ஒரு வார்த்தையைக் கொண்டே சாவித்திரி, தான் எதிர்வாதம் பண்ணுவதற்கு இடமே இல்லாதபடி தன்னை மடக்கிவிட்ட மாதிரி நினைப்பு எழுந்தது. அதுமட்டுமில்லை. 'நான் சரியாகத்தான் சொல்கிறதாக நினைக்கிறேன்அண்ணா,' என்று, தான் எதிர்த்து ஏதாவது வாதித்தாலும் அது சரியாகாது, அதிலே நியாயத்துக்கு இடமும் இருக்காது என்கிற மாதிரியும் சொல்லி முடித்திருக்கிறாள் சாவித்திரி.

'நீ சொல்கிறதிலே தப்பு இருக்குன்னு சொல்ல முடியுமா சாவித்திரி'. பேசினது அண்ணா இல்லை – மன்னி. 'துக்கப்பட்டவாளைப் பார்க்கப்போகிறது நியாயம்தானே.'

மன்னி பேச்சில் கலந்து கொண்டதுமே சாவித்திரிக்கு ஒரு சுதாரிப்பு ஏற்பட்டது. இனி தான் வார்த்தைகளை இழுத்துப் பிடித்து நிறுத்துப் பார்த்துத்தான் பேசணும். மன்னி கேலியாகச் சொன்னாளா இல்லை யதார்த்தத்தை இயல்பாகச் சொன்னாளா? கொஞ்சம் புரியாமல் சங்கடமாகத்தான் இருந்தது சாவித்திரிக்கு. அண்ணாவுக்கு ஏற்பட்ட அதிர்ச்சி மாதிரிதானே மன்னிக்கும் தன் யோசனை தந்திருக்கணும். மன்னி தடார் தடாரென்று வார்த்தைகளை உதிர்க்கிறவள். அவளுக்கு நறுக்குத் தெறித்தமாதிரி ஏதாவது பதில் சொன்னால் ஒழிய அவள் பேச்சை எப்படி எல்லாமோ திசை மாற வைத்துவிடுவாள். அவள் நசுக்கி வைக்கிற ஒரு வார்த்தை மூட்டைப் பூச்சியை நசுக்கின மாதிரி ஒண்ணுக்குப் பத்தாக வளரும். 'மன்னி, வெறுமனே துக்கம் கேட்கப்போகிற சம்பிரதாயத்தை வச்சு என் யோசனை புறப்படவில்லை'. மன்னியைப் பார்த்து அழுத்தமாகச் சொன்னாள். மன்னி படுக்கையில் எழுந்து உட்கார்ந்திருந்தாள். 'இதிலே நியாயம் அநியாயம் என்கிறதுக்கு என்ன இருக்கு மன்னி' என்று தொடர வாயெடுத்தவள் அடக்கிக் கொண்டாள். நியாயம் அநியாயம் என்கிறதை இந்தக் கேஸ் விஷயத்திலே நம்மாலே நிதானிக்க முடியவில்லையே. இது மூணாம் மனுஷர்களைத் துக்கம் விசாரிக்கப் போகிற விஷயம் இல்லை. தன் வீட்டுத் துக்கத்தைப் பகிர்ந்துகொண்டு அனுபவிக்கிற விஷயம். இதிலே நியாயம் அநியாயம் பிரிக்க என்ன இருக்கு, என்று தனக்குள் சொல்லிக்கொண்டாள்.

தன் மனைவி பேச்சில் கலந்துகொண்டதும் வெங்கடேஸ்வரனும் தனக்குள் எச்சரிப்பு ஏற்றிக்கொண்டான். சாவித்திரிக்கு

இந்த யோசனை எப்படி ஏற்பட்டது திடீரென்று, அவள் உத்தேசம் என்னவாக இருக்கக்கூடும், அவள் சொல்கிற யோசனையின் விளைவு எதில் போய் முடியும் என்றெல்லாம் முன் நினைப்பு ஒட்டி யூகிக்கப் பார்த்துக்கொண்டிருந்தவனை அவன் மனைவி சொன்னதும் தங்கை சொன்ன பதிலும் பிடித்து இழுத்தன. சாவித்திரியின் வார்த்தைகளில் ஒலித்த தீர்க்கம் அசாதாரணமாக இருந்தது. சாவித்திரி இதுவரை பேசிக் கேட்டிராத ஒரு தொனி அது. துக்கம் கேட்கிற சம்பிரதாயத்தை வைத்து இல்லையானால் வேறு என்னதான் . . . அவனுக்குள் நச்சரித்த மாதிரி கேட்டுப் பார்த்துக்கொண்டான். சாவித்திரியைத் தூண்டிக் கேட்டால் என்ன வருமோ, அசந்தர்ப்பமாக ஏதாவது ஏற்பட்டுவிட்டால், நொந்த மாட்டைக் குத்துகிற காக்கையாகத் தன் வார்த்தைகளோ தன் மனைவியின் வார்த்தைகளோ இப்போது இருந்துவிடக் கூடாது. சாவித்திரிக்குத் தன் மனைவி ஏதாவது பதில் சொல்லுமுன் முந்திக்கொண்டான். 'சாவித்திரி, நீ போகணும்னு விரும்பினால் நான் அதுக்குக் குறுக்கே நிற்பேன் என்கிற சந்தேகம் . . .'

'எனக்குக் கிடையாது அண்ணா,' என்று பளிச்செனச் சொன்னாள் சாவித்திரி. அதோடு அவளுக்கு இதையும் சொல்ல வேண்டும் என்று வாய் வந்தது. 'அண்ணா, மூன்றாவது பார்வை என்று ஒன்று இருக்கு என்று ஜடமாக இருந்த எனக்குச் சொரணை வரச் செய்ததே நீதானே. அப்படி இருக்க . . .' கூடவே இந்த எண்ணமும் தொடர்ந்தது. என் யோசனை கிளப்பிவிட்ட மனச்சஞ்சலமே போதும் அண்ணாவுக்கு. பழசெல்லாம் ஞாபகமூட்டி அவனைக் குழப்பி விடுகிறதிலே லாபம். அண்ணாவோடு தர்க்கம் வளர்ப்பதை அவள் தவிர்க்க விரும்பினாள். அதே சமயம் தன் முடிவை நிறைவேற்றிக்கொள்ளும் உறுதியையும் வலுப்படுத்திக்கொண்டாள். அண்ணாவுக்கும் மன்னிக்கும் சேர்த்துச் சொன்ன பதிலாக,'இந்த மீதித் தீண்டலையும் நான் அங்கே கழிக்கிறதுதான் உசிதமாகப் படுகிறது எனக்கு,' என்றாள். அண்ணாவுக்கும் மன்னிக்கும் இது புரியாமல் இருக்காதே.

சாவித்திரியின் ஒவ்வொரு வாக்கியத்துக்கும் பின்னாலே இருந்த அர்த்தத்தையும் உறுதியையும் வெங்கடேஸ்வரன் கவனித்துக்கொண்டிருந்தான். சாவித்திரி சொன்னது அவனுக்குப் புரிந்தது. ஆனால், 'தீண்டல் இல்லாத மீதி நாட்களை . . .' என்று கேட்க வேண்டும்போலத் தோன்றியது அவனுக்கு. வாயை அடக்கிக்கொண்டான். இரவு முழுவதும் வழக்கின் எதிர்காலம் பற்றி யூகித்து அவன் மூளை குழம்பிப் போயிருந்தது. காலை எழுந்ததும் இந்தத் திடீர் திருப்பம். இந்தத் திருப்பம் அதிர்ச்சியைத் தந்தது. ஆனால் குழப்பவில்லை. குழப்புவதற்கு

என்ன இருந்தது. எல்லாம் தெளிவாகிவிட்டதே. சாவித்திரிக்குப் பதில் சொல்ல அல்லது அவளது யோசனையைப்பற்றி மேல் தொடரத் தோன்றவில்லை வெங்கடேஸ்வரனுக்கு. வெளிவரும் வார்த்தைகளைவிட உள்ளே ஓடும் நினைப்புகளிலேயே ஆழ்ந்திருப்பது இந்த மாதிரி சமயங்களில் எளிதாக இருக்கும். விவகாரமாக வெளியே பேச்சு வளர்ப்பதைவிட மவுனமாக விஷயத்தை ஆராய்ந்து தனக்குள்ளேயே உள்விவகாரமாகக் குறுக்குக் கேள்வியும் பதிலும் போட்டு விடை காணப் பார்த்து, முடிவான தகவல்களை மட்டும் வெளியே சொல்வது சவுகரிய மாகவும் போய்விடும். வெங்கடேஸ்வரன் மனநிலை இப்படித் தான் இருந்தது.

அண்ணா மேலே பேசத் தயங்கிக்கொண்டிருப்பதையும் சாவித்திரி உணர்ந்தாள். அவனும் தன்னைப் போலவே மனதில் ஓடுவதை எல்லாம் வெளிக்குக் காட்டிவிடாத வார்த்தைகளாக வரவேண்டும் என்று இருக்கப் பார்க்கப் பிரயத்தனம் செய்து கொண்டிருந்தானோ? அண்ணாவும் தானும் இப்படிக் கிளித் தட்டு மறியலாக ஒருவர் வாயிலிருந்து வெளிவரும் வார்த்தையை மற்றவர் எதிர்பார்த்து அதுக்குத் தக்கபடி பேச்சைத் தொடர லாம் என்று நினைக்கிற நினைப்பு, இருக்கிற நிலை, நல்ல வேடிக்கை!

அப்போது மன்னியின் குரல். 'உனக்கு உசிதமாகப்படுகிறதை மற்றவர்கள் ஆட்சேபிக்கிறதுக்கு என்ன இருக்கு...'

ஆட்சேபிக்கிறது என்ற வார்த்தை சுருக் என்றது சாவித்திரிக்கு, 'நியாயம்தானே' மாதிரிதான் இந்த வார்த்தையும். யார் செய் கிற எந்தக் காரியத்தை யார் ஆட்சேபிக்கிறது. தான் என்ன அவர்கள் இத்தனை நாள் பேசினதை, செய்ததை ஆட்சேபித் தாளா என்ன? இப்போ என்னவோ ஆட்சேபிக்கிறதுக்கு ஏதோ இருக்கிற மாதிரியும் தாங்கள் போனால் போகிறது என்று விடுகிறமாதிரியும், இல்லை – தங்களுக்கு அதைப்பற்றிக் கவலை இல்லை என்கிற மாதிரி – நீ என்ன வேணுமானாலும் செய்து கொண்டு போ என்று கை கழுவின பேச்சாகப் பேசுகிற பாவனையாக எதுக்கு மன்னி இதைச் சொல்ல வருகிறாள். மன்னிக்குப் பதில் சொல்வதற்குச் சாவித்திரி இப்போது விரும்ப வில்லை. அது விவகாரத்தை வளர்க்கிறதாக இருக்கும். அண்ணா என்ன அபிப்ராயம் சொல்கிறான். இன்னும் வாய்விட்டுத் தன் மனதிலே இருக்கிறதைச் சொல்லவில்லையே.

'சாவித்திரி. நான் போய் வேலனைக் குதிரை வண்டி பூட்டிக்கொண்டு வரச் சொல்லிவிட்டு வரேன்' என்றான் வெங்கடேஸ்வரன், அவன் கை பல்பொடிப் பொட்டலத்தை மடித்துக்கொண்டிருந்தது. 'நான் உன்னைக் கொண்டுபோய்

விட்டுவிட்டு உடனே திரும்பி விடுகிறேன்.' சொல்லிக்கொண்டே வாசலுக்குப் போய்விட்டான்.

அண்ணா கடைசியாகச் சொல்லிவிட்டுப்போன வாக்கியம் சாவித்திரி காதுகளில் விழுந்தது. ஆனால் அதை நம்பத்தான் மறுத்தது அவள் மனசு. அண்ணாவே தன்னைக் கொண்டுவிட வருகிறானோ? தான் என்ன சொல்ல நினைத்திருந்தாள்! அண்ணாவுக்கு அந்த வீட்டில் காலடி வைக்கப் பிடிக்காது. 'அண்ணா 'தபால் வண்டி'யிலே என்னை ஏற்றிவிடு. எத்த னையோ பேர் துணைக்குப் போவார்கள். அவர்களோடு போய் விடுகிறேன்.' அண்ணா தானே வருகிறானா. திகைத்துப் போய், போகிற அண்ணாவையே பார்த்துக்கொண்டு நின்றாள். மன்னி எழுந்து படுக்கையைச் சுருட்டுகிற சப்தம்கூட அவள் காதுகளில் விழவில்லை.

'சாவித்திரி, போகிறதுக்கு வேண்டிய சாமான்களை எடுத்து வைத்துக்கொள். சின்ன டிரங்க் பெட்டியை..'

மன்னி பேசினதைக் கேட்டுத் தன்னைத் தன் நினைப்புச் சுழலிலிருந்து விடுவித்துக்கொண்டாள் சாவித்திரி. 'பெட்டி எதுக்கு மன்னி?'

'பின்னே, இருக்கிறதானால்?'

அலமேலு கேட்டுவிட்டு சாவித்திரி அதற்கு என்ன பதில் சொல்லப்போகிறாள் என்று எதிர்பார்த்து ஆர்வம் காட்டிய மாதிரி இருந்தது. ஆமாம், அதற்கு சாவித்திரி சொல்லக்கூடிய பதில் இன்னும் தெளிவாக்கிவிடும் – சாவித்திரியின் உத்தேசம் என்ன என்று. வெங்கடேஸ்வரன் அதை முடிவு கட்டித் தெரிந்து கொள்ள முயலவே இல்லை. அவன் விரும்பவில்லையோ, அல்லது அது தெரிந்து என்ன ஆகணும் என்று நினைத்திருக்க லாம். இல்லை, நடப்பது நடக்கட்டும், தன் கை மீறிவிட்ட காரியம் என்று முடிவு கட்டி இருக்கலாம். அவன் ஆண். ஆனால், அலமேலுவுக்கு அது தெரிந்தாக வேண்டும், அவள் பெண். ஆவலை வெகுவாக வெளிக்காட்டிக் கொள்கிற ஜன்மம்.

மன்னியின் கேள்வி சாவித்திரிக்குப் புரிந்தது. அவளுக்கு இப்போது எதையும் சொல்லத் தயக்கம் இல்லை. அவளுக்குத் தன் பார்வை என்று ஒன்று உருவாகிவிட்டது. தன்னிச்சயம் கொண்டவளாக இருந்தாள்.

'அப்பா கொண்டு போவாரே. அந்த மடிசஞ்சி போதும்.'

'மடிசஞ்சி போதுமா?'

'ஒரு மாற்றுப் புடவையும் ரவிக்கையும்தானே.'

'என்ன?'

'துக்கத்துக்குப் போன காலோடு அங்கே தங்கவா?'

சாவித்திரி நிதானமாகச் சொல்லிக்கொண்டே கொடியில் உலர்த்தி இருந்த புடவையை இழுத்துக் கொசுவினாள். மன்னிக்குத் தன் வார்த்தைகள் புரிந்திருக்குமா?

அலமேலுவுக்கும் அது தெரியும். தன் வீடுதான் ஆனாலும் அது ஆகாது. தானே ஒருசமயம் உடனே திரும்பி, பிறகு போனது நினைவுக்கு வந்தது. அப்படியானால் சாவித்திரி...

சாவித்திரியின் உத்தேசம் அவளுக்குப் புரிந்த மாதிரியும் இருந்தது; புரியவில்லை போலவும் இருந்தது.

சி. சு. செல்லப்பா படைப்புகள்

1.	ஜீவனாம்சம்	நாவல்	எழுத்து பிரசுரம்
2.	சுதந்திரதாகம் - 3 பாகங்கள்	,,	,,
3.	வாடிவாசல்	குறுநாவல்	,,
4.	முறைப்பெண்	நாடகம்	,,
5.	மாற்று இதயம்	கவிதைகள்	,,
6.	நீ இன்று இருந்தால்	,,	,,
7.	புதுக் குரல்கள்	,,	,,
8.	சரசாவின் பொம்மை	சிறுகதைகள்	கலைமகள் வெளியீடு
9.	மணல் வீடு	,,	ஜாதி நிலையம் வெளியீடு
10.	சி. சு. செல்லப்பா சிறுகதைகள் (7 தொகுதிகள்)	,,	எழுத்து பிரசுரம்
11.	கைதியின் கர்வம்	,,	,,
12.	சத்யாக்ரகி	,,	,,
13.	அறுபது	,,	,,
14.	செய்த கணக்கு	,,	,,
15.	பந்தயம்	,,	,,
16.	ஒரு பழம்	,,	,,
17.	நீர்க்குமிழி	,,	,,
18.	பழக்கவாசனை	,,	,,
19.	வெள்ளை	,,	,,
20.	தமிழில் சிறுகதை பிறக்கிறது	கட்டுரைகள்	,,
21.	தமிழில் சிறுகதை முன்னோடிகள்	,,	,,
22.	இலக்கிய விமர்சனம்	,,	,,
23.	காற்று உள்ளபோதே	,,	,,
24.	ஏரிக்கரை	,,	,,
25.	குறித்த நேரத்தில்	,,	,,
26.	எல்லாம் தெரியும்	,,	,,
27.	ஊதுபத்திப்புல்	,,	,,
28.	மாயத்தச்சன்	,,	,,
29.	எனது சிறுகதைப்பாணி	,,	,,
30.	பி. எஸ். ராமையாவின் சிறுகதைப் பாணி	,,	,,
31.	மணிக்கொடி சிறுகதை முதல்வர்கள்	,,	பீகாக் பதிப்பகம்
32.	இலக்கிய சுவை	,,	,,
33.	படைப்பியல்	,,	,,